மாறிய தலைகள்

தாமஸ் மன்

மலர் புக்ஸ்

மாறிய தலைகள்
தாமஸ் மன்©
மலர் புக்ஸ் முதல் பதிப்பு: நவம்பர் 2022

மலர் புக்ஸ்
வெளியீடு: பரிசல் புத்தக நிலையம்
235, P. பிளாக் MGR முதல் தெரு,
MMDA காலனி, அரும்பாக்கம், சென்னை – 600 106.
"பச: 9382853646, 8825767500
மின்னஞ்சல்: parisalbooks@gmail.com

அச்சுக்கோப்பு : வி. தனலட்சுமி

அச்சாக்கம்: கம்ப்யூ பிரிண்டர்ஸ், சென்னை – 600 086.

பக்கம்: 136

விலை ரூ: 150

Mariya Thalaigal
Thomas Mann ©
Malar Books First Edition: November 2022

Published by : Malar Books
Rights to Sell: Parisal Putthaga Nilayam
No. 235, 'P' Block, MGR First Street,
MMDA Colony, Arumbakkam, Chennai - 600 106.
Mobile: 9382853646, 8825767500
Email: parisalbooks@gmail.com

DTP : V. Dhanalakshmi

Printed at: Compu Printers, Chennai - 86.

ISBN : 978-93-91947-17-0

Pages: 136

Price Rs. 150

தாமஸ் மன்

தாமஸ் மன் ஜெர்மன் நாட்டின் சிறந்த புலவர்; ஒரு நாவலாசிரியராய்த் திகழ்ந்தார்; சிறுகதை எழுதுவதில் திறமை பெற்றவர். இன்ப துன்பம் மண்டிக்கிடக்கும் மனித இனத்தின் முன்னேற்ற அலுவல்களில் ஆர்வமிக்கவர். கட்டுரை வரைவதில் மிகுந்த ஆற்றல் படைத்தவர், நோபல் பரிசு எய்தியவர். இலப்பக்கைச் சார்ந்த ஹான்சா என்னும் நகரில் 1875ஆம் ஆண்டு ஜூன் திங்கள் ஆறாம் நாள் பிறந்தார். ஜெர்மானியர், போர்ச்சுகர், மேலை இந்தியர் இவர்களுடைய கலப்பு ரத்தம் ஓடுகின்ற குடும்பத்தைச் சேர்ந்தவருடைய அன்னை மிகவும் வனப்பு வாய்ந்தவள்; பியானோ வாசிப்பதிலும் இசையமுதை வழங்குவதிலும் ஆற்றல் படைத்தவள். இவருடைய தந்தையோ பரம்பரையாக வந்துள்ள தொழிற் சாலைக்குத் தலைவராவர். இந்தப் பொது நகராட்சி அவைக்கு இருமுறை மேயராக விளங்கினார். மரபிற்கு மாறாக நடந்த இவர் தந்தையின் மணம் மன்னின் வாழ்க்கையின் நோக்கத்தின் மீதும், அவர்தம் இலக்கியப் படைப்புகளுக்கு வகுத்த பொருள்கள்மீதும் ஆட்சி புரிந்தது. அவருக்கு ஐந்து சகோதரர்களும் சகோதரிகளும் உண்டு. இந்தச் சூழ்நிலையில் கடுமையான ஒழுங்கை வற்புறுத்தும் வடக்கு ஜெர்மானிய பள்ளியில் கல்வியை முடித்துக்கொண்டார். தம் பதினைந்தாம் ஆண்டில் தாமஸ் மன் தம் தந்தையை இழந்தார்; படிப்பிலுள்ள ஆசையும் மாய்ந்துவிட்டது. தம் தந்தையின் மரணத்திற்குப் பிறகு மூனிச்சிற்குத் தம் தாயோடு சென்றார். என்ன செய்வது என்று முடிவுக்கு வரமுடியாத சஞ்சலமிக்க பாலியத்தில் 'புடன் ப்ரூக்ஸ்' (Budden Brooks) என்ற மிகச் சிறந்த நூலை எழுதி முடித்தார். இலக்கியத் துறையில் இந்நூல் அவரை முன்னணியில் நிறுத்திவிட்டது. 1929ஆம் ஆண்டு நோபல் பரிசுக்கு இந்நூலே முக்கிய மூலமாக இருந்திருக்கக்கூடும். இந்த நாவல் நூற்றைம்பது பதிப்புகளைக் கண்டது. பல மொழிகளில் ஆக்கம் செய்யப்பட்டுள்ளது.

சைக்கிள் விடுவதில் இவர் மிகவும் ஆர்வமுள்ளவர். கையால் அச்சடிக்கும் இயந்திரத்தை இவர் பயன்படுத்திக் கொள்ளவில்லை. காரை ஓட்டினதுமில்லை. தம் இருபதாம் ஆண்டில் தற்கொலை செய்துகொள்ளத் தீர்மானித்தார். தம் முப்பதாம் ஆண்டில் காதே ப்ரிங்ஷைம் (Kathe Pringsheim) என்ற மாதை மணந்தார். இவளோ மூனிச்சில் சிறந்தோங்கி நின்ற செல்வம் படைத்த கணித சாத்திர விரிவுரையாளரின் ஒரே செல்வியாவாள். அவருக்குற்ற சேய்களில் மூத்த மைந்தனான கிளாஸ் மன் (Klaus Mann) 1949ஆம் ஆண்டு மாண்டு போனான். அவன் ஆற்றல்மிக்க எழுத்தாளர்களுள் ஒருவனாய்த் திகழ்ந்து நாஜிக் கொள்கையை எதிர்த்துப் போராடினான். தாமஸ் மன்னின் எல்லோருக்கும் மூத்த மகளான எரிகா (Erika) என்பவள் டபிளுயு. எச். ஆடன் (W.H. Auden) என்ற சிறந்த கவிஞருக்கு மனைவியானாள்; நடிகையாகவும் திகழ்ந்தாள். ‘சென்ற ஆண்டு அல்லது என் தந்தையின் சரிதம்’ என்ற நூலை எழுதிய ஆசிரியை இவளே.

தாமஸ் மன்னின் இரண்டாம் நாவலான ‘மந்திர மலை’ (The Magic Mountain) 1924ஆம் ஆண்டு வெளிவந்தது. 1912ஆம் ஆண்டிலிருந்தே இந்த நாவலில் தம் முழு கவனத்தையும் செலுத்தி அதில் ஆழ்ந்திருந்தார். நவீன உளநூல், விஞ்ஞானம், திறனாய்வு இவற்றில் கோயில் கொண்டிருக்கும் வாய்ப்புகளனைத்தையும் திரட்டி இந்த நாவலில் புகுத்தியிருக்கிறார். நாவலின் தவிர்க்க முடியாத நிகழ்ச்சிகளில் இவை மிளிர்கின்றன.

ஜெர்மனி, ருஷ்யா, ஸ்காண்டிநேவியா, ஃபிரெஞ்சு இந்த நாடுகளில் 19 – ஆம் நூற்றாண்டில் திகழ்ந்த சிறந்த ஆசிரியர்களின் நூல்களில் கமழும் நறுமணம் இவருடைய படைப்புகளில் வீசி அடிக்கின்றன. தியோடர் ஃபாண்டனே (Theodor Fontane), நீட்சே (Nietzsche), ஷோப்பனர் (Schopenhaner), ரிச்சேர்ட் வாக்னர் (Richard Wagner), கோயித்தே (Goethe), ஸிக்மன் ஃபிராயிட் (Sigmund Freud) இவர்களுடைய சாயலும் தாமஸ் மன் எழுதிய நூல்களின்மீது படர்கிறதைக் கண்ணுறுகிறோம். மார்ஸல் ப்ரோஸ்டு (Marsel Proust), ஜேம்ஸ் ஜாய்ஸ் (James Joyce) இவர்களோடு இருபதாம் நூற்றாண்டில் ஒரு சேர வைக்கத் தகுதி வாய்ந்தவர் இவர் என்பதில் யாதொரு ஐயமுமில்லை. நோபல் பரிசுபெற்ற பிறகுங்கூட இவரைப்போல் இலக்கியத்துறையில்

உழைத்தவர் மிகச் சிலரே. மேன் மேலும் உள்ளத்தைக் கவரக்கூடிய நூல்களைப் படைத்துக் கொண்டே போனார். எதையும் எதிர்த்து நிற்கும் ஆற்றல் படைத்தவர்; மனித திறமைக்கப்பாற்பட்ட சக்தி வேகமும் அவரிடத்தில் மிளிர்ந்தது. முரண்கிளவிச் சுவையும், கழிவிரங்கல் நயமும், வாழ்க்கைத் துயராலும் இன்னலாலும் பிறந்த பழுத்த ஞானமும், தைரியமும், நம்பிக்கையும் இவருடைய நாவல்களில் அலர்ந்து நிற்கின்றன.

மக்கள் தாமஸ் மன்னின்மீது மேன்மேலும் புகழ்மாரி பொழிந்தார்கள். *1929* ஆம் ஆண்டு இலக்கியச் சிறப்பிற்காக இவருக்கு நோபல் பரிசு அளிக்கப்பட்டது. இது நிகழ்ந்த இருபதாண்டிற்கும் பிறகு குடதிசை ஜெர்மனியிலும் குணதிசை ஜெர்மனியிலும் கோயிதையின் நினைவுச் சின்னப் பரிசு அந்தப் பெரும் கவிஞரின் இரண்டாம் நூற்றாண்டு விழாவில் தாமஸ் மன்னுக்கு ஈந்தார்கள்.

ஹிட்லர் ஜெர்மனியில் ஆதிக்கம் செலுத்தும் அந்நாளில் தாமஸ் மன் தன் நாட்டை விட்டு வெளியேறிவிட்டார். *1933*ஆம் ஆண்டிலிருந்து *1938* – ஆம் ஆண்டு வரையில் சுவிட்சர்லாந்தில் உறைந்தார். அங்கிருந்து ஐக்கிய அமெரிக்க நாட்டிற்குச் சென்றார். அங்கே பாசிஸக் கொள்கையை எதிர்த்துப் பிரச்சாரம் செய்தார். நியு ஜெர்ஸியிலுள்ள பிரின்ஸிடனில் தங்கி அந்தப் பல்கலைக் கழகத்தில் சொற்பொழிவாற்றினார். *1941* – ஆம் ஆண்டு கலிஃபோர்னியாவிலுள்ள பசிபிக் பாலிஸெட்ஸ் என்ற இடத்தில் தமக்கோர் இல்லம் அமைத்துக் கொண்டார். இந்த இடத்தில்தான் டாக்டர் ஃபாஸ்டஸ் (Doctor Faustus), ஹோலி சின்னர் (The Holy Sinner) என்ற நாவல்களை எழுதி முடித்தார். *1949* –ஆம் ஆண்டு தம் தாய் நாடான ஜெர்மனிக்குச் சற்றுத் தங்கும் பொருட்டு *16* ஆண்டுகள் கழித்து வந்தார். *1952* – ஆம் ஆண்டு சுவிட்சர்லாந்திற்கு நிலையாகவே தங்க வந்தார். ‘பெலிக்ஸ் க்ரூல்’ (Felix Krull) என்ற சிறுகதையை, ‘பெலிக்ஸ் குறுவின் உள்ளக்கிடக்கைகளை வெளியிடுதல்’ [The Confessions of Felix Krull (Confidence Man)] என்ற நாவலாக விரிவாக்கினார். *1955*–ஆம் ஆண்டு ஆகஸ்டுத் திங்கள் *12* –ஆம் நாள் ஜூரிச் (Zurich) என்ற இடத்தில் காலமானார்.

கதைச் சுருக்கம்

'மாறிய தலைகள்' என்னும் நாவலைப் பற்றி தாமஸ் மன் மொழிந்தது இங்குக் குறிப்பிடத் தகுந்தது. அந்நாவலைப் புலன் கடந்த தத்துவத் துறையில் எழுப்பப்பட்ட ஒரு விந்தைமிகு வினோதம் என்று விரிக்கின்றனர். ஓர் இந்திய புராணக் கதையைத் தழுவி இது புனையப்பட்டது. ஸ்ரீதமனும் நந்தனும் ஆன்மாவுக்கும் உடலுக்கும், யாவருக்கும் தெரிந்துள்ள போராட்டத்தைக் குறிக்கின்றார்கள். கழிகாமம் பெற்றவள் சீதை அதாவது மிகுந்த வனப்பு வாய்ந்தவள். ஒருவன் தலை மற்றொருவன் உடல்மீது அமர்ந்து விடுகிறது. ஃபிராயிட் கண்ட பாலுணர்ச்சியின் வேகத்தை இதில் கண்ணுறுகின்றோம். சீதை நினைத்தபடி எல்லாம் நிகழவில்லை. அஜந்தா குகைகளில் வரையப்பட்ட ஓவியங்களின் – ஐம்புலன்களுக்கு விருந்தளிக்கக் கூடிய ஓவியங்கள் – இவை தரும் சூழ்நிலையில் கதை செல்லுகின்றது. இலக்கியப் படைப்புக்களில் இரட்டை இயல்புதான் தாமஸ் மன்மீது ஆட்சி புரிந்து வந்தது.

புகலரும் மந்திர சக்தி வாய்ந்த வான் கவிதையின் சிறப்பைக்கொண்டது இது. இதில் ஓவியம் வரையும் திறனும் இலங்கப் பார்க்கின்றோம். அத்தகைய திறன் வாய்ந்தது இந்நாவல் என்று நாம் நவிலலாம். அந்நிய நாட்டுப் புதுமை வாய்ந்ததும் அங்கதச் சுவை பெற்றதாயும் அது காட்சி அளிக்கின்றது.

மாறிய தலைகள்

(சீதையின் சரிதம்)

1

போர் புரியும் வீரர் மரபில் பிறந்த சுமந்திரன் மாடு மேய்ப்பதில் ஈடுபட்டிருந்தான். எழிலிடை நங்கை சீதையோ இவன் பெற்ற மகளாவாள். இவளையும், இவள் மணந்ததாகக் கருதப்படும் இரு கணவர்களையும் பற்றிய சரிதமோ செங்குருதி தோய்ந்த மாபெரும் கதையாகும். இது கேட்போரை வியப்பில் ஆழ்த்தி அவர்களுடைய ஐம்பொறிகளையும் கலங்கும்படிச் செய்யும் இயல்பு வாய்ந்தது. பேரச்சத்தையும் அருவருப்பையும் விளைவிக்கும் மாயையின் கொடும் சூழ்ச்சிகளோ இவர்களுடைய மனத்திண்மையையும் ஆற்றலையும் பெரிதும் சோதித்துவிடும். மனத்திண்மைக்குக் கதை விரிப்போனையே கேட்போன் ஓர் எடுத்துக்காட்டாகக் கொள்ள வேண்டும். ஏனெனில் கேட்போனைவிட கதை கூறுபவனுக்கே மன உறுதி தேவைபோலும். முதலிலிருந்து இறுதிவரையில் நிகழ்ந்தவற்றைக் குறிக்கும்படி இங்கு இக்கதை அமைந்து கிடக்கின்றது.

வேள்விக்கலம் அடியிலிருந்து பையப் பைய மதுவாலோ அல்லது குருதியாலோ நிரப்பப்படுகின்ற பொழுது பண்டைய நினைவு மனத்தில் எழுந்தோங்கும். பக்தி சிரத்தை உடைய குலத் தலைவனின் உள்ளக்கழனியில் மிகத் தொன்மை வாய்ந்த பழக்க வழக்க விதை இடம் பெறும். உலக அன்னைக்கு ஆற்றப்பட்ட பழைய வழிபாடு திரும்பி வாராதா என்ற ஏக்கம் முது தெய்வ உருவங்களுக்குப் புதிய உணர்ச்சி, அதிர்ச்சிகளுடன் சடங்குகளை

ஆற்ற மக்களைத் தூண்டி யாத்திரிகர்களுடைய தொகையை விரியச் செய்யும். உலக அன்னைக்குரிய கோயில்களுக்கு வேனிற் காலத்தில் மக்கள் திரள் திரளாகக் குழுமுவார்கள். இவ்வண்ணம் நிகழ்ந்த காலத்தில்தான் இரண்டு இளைஞர்கள் நட்பில் என்றும் மாறோம் என்று தெய்வங்கள்மீது ஆணையிட்டுச் சபதம் செய்துகொண்டார்கள். வயதிலோ, சாதியிலோ இவர்களிடத்தில் யாதொரு மாறுபாடும் பார்க்க இயலாது; ஆனால் உடல் அமைப்பில் பெரிதும் வேறுபட்டவர்கள். இவ்விரு வாலிபர்களில் இளைஞன் நந்தன் எனப்படுவான்; சற்று மூத்தோனுக்கு ஸ்ரீதமன் என்ற நாமத்தைச் சூட்டினார்கள். முதலில் குறிப்பிட்டவனுக்கு வயது பதினெட்டாகும்; மற்றவனுக்கு இருபத்தொன்று வயது நிரம்பிவிட்டது. உரிய காலத்தில் இவ்விருவருக்கும் புனிதப் பூணூல் சடங்கு முடிக்கப்பட்டது. இவர்கள் இரு பிறப்பாளர்களாக ஆகி அந்தணர் குழுவில் சேர்ந்துவிட்டனர்.

கோயிலையே சிற்றூராகக் கொண்ட இடத்தில்தான் இவர்களுடைய இல்லங்கள் இருந்தன. அந்தச் சிற்றூரைக் கோகுலம் என்றழைப்பார்கள். இவ்வூர் கோசல நாட்டிலுள்ளது. நீண்ட காலத்துக்கு முன்பு தெய்வங்களால் குறிப்பிடப்பட்ட இந்த இடத்திற்கு மக்கள் வந்து தங்கினார்கள். சப்பாத்திக்கள்ளி வேலியாலும், மரச் சுவராலும் இது சூழப்பட்டுள்ளது. அதன் வாயிற் கபாடங்கள் நான்கு திசைகளையும் நோக்கி இருந்தன. நாமகளை வழிபடும் ஒரு ஞானி – ஊர் ஊராய்த் திரியும் ஓர் அறிவுமிக்க ஞானி – ஒழுங்கற்ற அறநெறி பிறழும் உரையை என்றுமே வழங்காத ஒரு ஞானி – இவ்வூரில் விருந்தோம்பப்பட்டார். கோயிலின் தூண்களும் விட்டங்களும் தேனையும் பாலையும் சொரியுமாறு இவ்வூரை வாழ்த்தி இவர் வெளியேகினார். 'யானை எனது' என்ற வேறுபட்ட உணர்ச்சிகள்மீதுதான் இந்த இளைஞர்களின் நட்பு நிறுவப்பட்டது. முறையே 'இவன் அவன்' உணர்ச்சிகளைப் பெற 'அவன் இவன்' உணர்ச்சிகளைப் பெறுவதற்கு மிகுந்த ஆர்வத்துடன் ஒவ்வொருவரும் விழைந்தார்கள். பொருட் செயற்கையில் எழுகின்ற ஓர் உருவம் தனித்து நிற்கின்றது. தனிமை என்பது வேறுபாடே. இத்தனிமை ஒப்பு நோக்குதற்கு இடந்தருகின்றது. இந்த ஒப்புநோக்குதல் அமைதியின்மையை விளைவிக்கின்றது. இந்த அமைதியின்மையில் ஓர் ஆச்சரியம்

பிறக்கின்றது; இவ்வாச்சரியம் ஒரு பெரும் வியப்பாய் விரிகின்றது. இது அதைப் பெறுவதற்கும், அது இதைப் பெறுவதற்கும், ஒன்றோடொன்று ஒருமைப்படுவதற்குமுரிய ஒரு பெரும் விழைவாக இவ்வியப்பு கனிகின்றது. இதுதான் அது என்ற அளவுக்கு ஒவ்வொன்றும் வளர்ந்துவிடுகிறது. குறிப்பாக இந்தக் கொள்கை இளம் பிராயத்திற்கே பொருந்தும். ஏனெனில் வாழ்க்கையாம் பச்சைப் பசும் களிமண் இன்னும் இளகித்தான் இருக்கின்றது. அதில் 'யான்', 'எனது' என்ற உணர்ச்சிகள் இறுகி உறுதிப்பட்டுப் போராட்டத்திற்குரிய ஒரு தனித்த வண்ணம் வடிவெடுக்கவில்லை.

ஶ்ரீதமன் என்னும் வாலிபன் ஒரு வியாபாரி; ஒரு வர்த்தகனுடைய மைந்தனாவான். நந்தனோ கொல்லனாயும் ஆயனாயும் திகழ்ந்தான். இவன் தகப்பனான கார்கர் மைதானத்தில் ஆடு மாடுகளை மேய்த்தார். ஆத்தொழுவமும் வைத்திருந்தார். சம்மட்டி தாங்கி அடிப்பார், இறகு விசிறிகொண்டு அனலையும் தூண்டுவார். ஶ்ரீதமனுடைய தந்தை பௌபூதி என்ற பெயரை வாய்க்கப்பெற்றவர். ஆண்வழியிலே மறைகள் ஓதிய அந்தணர்களின் மரபில் வந்ததாகத் தம் குலப்பெருமையை விரிப்பார். இத்தகைய பெருமையை கார்கரோ அவருடைய மைந்தனோ கூறிக்கொள்ள இயலுமோ? ஆனால், இவர்கள் நான்காம் வருணத்தைச் சார்ந்தவரல்லர். ஆட்டு முகங்களைச் சற்று பெற்றிருந்தபோதிலும் இவர்கள் மக்கட் சமுதாய இனத்தவர் என்பதில் யாதொரு ஐயமுமில்லை. ஶ்ரீதமனுக்கும் – ஏன் அவன் தந்தையான பௌபூதிக்குமே அந்தணர் வாழ்க்கை முறை ஏதோ ஒரு நினைவாய்க் கனவாய்த்தான் காட்சி அளித்தது. இல்லறம் நடத்தும்பொழுதே பௌபூதியின் தந்தை அவ்வாழ்வை வேண்டுமென்றே அறவே அகற்றிவிட்டார். பிரம்மச்சாரி ஆசிரமத்திற்குப் பிறகு இல்லறம் தொடங்குகின்றது. மேலும் வனத்துறை வாழ்வையும் துறவறத்தையும் இவர் மேற்கொள்ளவில்லை. இவருடைய மறை அறிவைப் போற்றிச் சிரத்தையுடன் அளிப்போர்களின் நன்கொடைகளைப் பெற்று இவர் உயிர்வாழ மிகவும் வெறுத்தார். ஒருக்கால் இவற்றால் உளம் திருப்தி அடையவில்லைபோலும். நல்ல வாணிபத் தொழிலைத் தொடங்கினார். மல் துணி, பட்டு, காலிகோ, சூடம், சந்தனக்கட்டை – இவற்றை விற்கும் செயலில் ஆழ்ந்தார்.

தெய்வங்கள் வழிபாட்டிற்கே உரிய அந்தணர் குலத்தில் இவர் பிறந்தபோதிலும் ஒரு வைசியனாய் ஒரு வியாபாரியாய்விட்டார். வியாகரணம் – இலக்கணம், வான சாத்திரம், மெய்ஞ்ஞான போதம் – இவற்றைப் பற்றிய ஓரளவு அறிவைப் பெறுவதற்கு சில ஆண்டுகள் ஒரு ஞான குருவின்கீழ் அமர்ந்தார்.

கார்கர் – மைந்தனான நந்தன் இந்தப் பேற்றை அடையவில்லை. அவன் ஊழ்வினையோ வேறுவிதமாய் அமைந்திருந்தது. குடும்பப் பரம்பரை மூலமாகவோ, மரபு வாயிலாகவோ மாணத சம்பந்தமான அறிவுச் செல்வங்களை இவன் பெறவில்லை. இவன் பிறந்த வண்ணமே காட்சி அளித்தான். சாதாரண மக்களின் ஒரு மகனைப்போலவே கள்ளங்கபடற்ற இன்ப வாழ்வை நடத்தினான். கண்ணனுடைய தோற்றம் இவனிடத்தில் திகழ்ந்தது; உடம்பும் மைவண்ணம்; சிகையும் மைவண்ணம். அதிருஷ்டச் சின்னமாக இளங்கன்று உருக்கொண்டு தாயத்தொன்றை மார்பில் அணிந்திருந்தான். இவன் நடத்தும் கொல்லன் தொழில் இவனுடைய கரங்களை வலியுறச் செய்துவிட்டது. மேலும் இவன் ஓர் ஆயனாயிருப்பது கூட இவனுக்கு ஒரு நன்மையாகவே அமைந்தது. நல்ல உடற்கட்டு வாய்ந்தவன். அதைக் கடுகெண்ணெயைக் கொண்டு தேய்ப்பான். பொன்னணிகலன்களையும் மலர் அலங்கல்களையும் பூண்டு தன் மேனியை அழகுறச் செய்தான். தாடி அரும்பாத இவன் முகத்திற்கும் இவன் உடலுக்கும் ஓர் இயைபு இலங்கிற்று. சற்றுத் தடித்த உதடுகளும் ஆட்டு முகமும் இவன் வாய்க்கப் பெற்றவனேயாயினும் இவற்றிற்கேற்றவாறு ஒரு கவர்ச்சியும் இருந்தது. அவனுடைய கரு விழிகளும் புன்னகை பூத்ததுபோலத் தோன்றின.

தன்னோடு ஒப்பிட்டு நோக்கும்பொழுது ஸ்ரீதமன் நந்தனுடைய தோற்றத்தை மிகவும் விரும்பினான். இவன் சென்னியும் அவயங்களும் சிவந்த தங்க எழில் காட்டின. இவனுடைய முக அமைப்போ முற்றிலும் மாறி மிளிர்ந்தது. நாசியின் நடுமேடு கத்தி முனைபோல மெல்லியதாய் இலங்கிற்று. கண்ணின் பாவையும் மூடும் இமைகளும் மெல்லியதாய் மிளிர்ந்தன. இவனுடைய அவயங்கள் மலர்களைப்போல் மென்மையாயிருந்தன. கொல்லத் தொழிலிலும், ஆடு மாடு மேய்க்கும் அலுவலிலும் பயிற்சியால் உரம் பெற்ற

அவயங்கள் அல்லவே. அவை கல்வியையும் அறிவையும் நாடும் அந்தணனுடைய அவயங்களை நிகர்த்தன. குறுகிய மெல்லிய மார்பைப் பெற்றிருந்தான். அவனுடைய சிறு வயிறோ சற்றுத் தசைப்பற்றோடு கூடியிருந்தது. இதைத் தவிர வேறு குற்றம் அவனிடம் காணமுடியாது. முழங்காற் கட்டுகளும் பாதங்களும் நன்கு அமைந்திருந்தன. பெருந்தன்மை வாய்ந்ததும், அறிவொளி படர்ந்து சுடர் விடுகிறதுமான இவனுடைய தலையோடும் நெற்றியோடும் ஏதோ ஒன்று பிணைக்கப்பட்டது போலத் தோன்றிற்று இவன் உடல்; அது அத்தனை முக்கியமன்று. நந்தனுக்கோ உடல்தான் முக்கிய உறுப்பாகும்;தலை ஏதோ ஓர் அலங்காரத்திற்கு வைத்ததுபோல விளங்கும்.

இரண்டு வகையான கோலத்தையுடைய சிவபிரானைப்போல் இவ்விருவரும் இருந்தார்கள். ஒரு சமயம் அன்னை பராசக்தியின் அடிக்கீழ், சடையும் தாடியும் உடைய ஒரு துறவி அநேகமாய் இறந்துவிட்டதுபோல அவர் அமர்ந்திருப்பார், மற்றொரு சமயம் கிளரொளி இளமையில் அந்த அம்மையை நாடும் அவயங்கள் திகழும் ஓர் இளைஞனாய்த் திகழ்வார். ஆனால் உண்மையைக் கூறுமிடத்து அன்னை பராசக்தியின்கண் வாழ்வும் மரணமும் போலவும், அழிகின்ற உலகமும், அழிவற்ற மெய்ப்பொருள் போலவும் மிளிர்கின்ற சிவபிரானைப்போல் அவர்கள் வடிவுள்ளவரல்லர். அவ்விருவரும் ஒருவருக்கொருவர் தனிப்பட்ட வடிவங்களாகக் காட்சி அளித்தார்கள். ‘யான் எனது’ என்கிற உணர்ச்சியிலுங்கூட ஓர் அயர்வு ஏற்பட்டுவிட்டது. தனக்கு என்று இல்லாத நிலைமீது தான் ஒவ்வொரு பொருளின் மதிப்பு சார்ந்து நிற்கின்றது என்பது இவர்கள் அறிந்த விஷயமே. இவ்விருவர்களுக்கிடையே உள்ள வேறுபாடுகள்தாம் ஒருவரை ஒருவர் கவர்வதற்குத் துணைபுரிந்தன. நன்கு கூர்மையாய் அமைந்த உதடுகள், அரும்பிய மெல்லிய தாடி இவற்றை உடைய ஸ்ரீதமன் பண்பாடற்ற ஆதி மைவண்ண கண்ண வடிவு வாய்க்கப்பெற்றவனும் தடித்த உதடுகளையுடையவனுமான நந்தன்பால் ஈர்க்கப்பட்டு அவனிடத்தில் இன்பம் காணலுற்றான். இப்படி இவன் இன்புற்றது நந்தனுக்கு முகமன் கூறினதுபோலத் தோன்றிற்று. மேலும் ஸ்ரீதமனுடைய சிவந்த முகத்தழகும், பெருமையுடன் திகழும் அவன் சென்னிப் பொலிவும் பிழையற அவன் இயம்புகிற சொல்லின் வனப்பும் நந்தனுடைய

உள்ளத்தைக் கொள்ளை கொண்டுவிட்டன. மேலும் இத்தகைய அமைப்புகளில் ஞானமும் ஆன்ம தத்துவமும் எஞ்ஞான்றும் கோயில் கொண்டுதானே இருக்கும். இவ்வண்ணம் மிளிரும் ஸ்ரீதமனோடு கலந்து உறவாடுவதைக் காட்டிலும் வேறு மாட்சிமை உள்ள ஒன்றினை நந்தன் தேர்ந்தானில்லை. இக்காரணத்தால் இவ்விருவரும் மிக நெருங்கிய நண்பர்களாய் விட்டார்கள். ஒருவர் மற்றொருவர்பால் ஆர்வம் கொள்ளுகிறதிலும் ஒரு நகைச்சுவை உணர்ச்சி சற்று இருக்கத்தானே செய்யும். ஸ்ரீதமனுடைய கொழுத்துச் சிவந்திருந்த உடலைப்பற்றியும் கூர்மையான மூக்கைப்பற்றியும் மிக்க மட்டு மரியாதையுடன் வழங்கப்படும் பேச்சைப்பற்றியும் தனிமையில் நந்தன் எள்ளி நகையாடுவான். நந்தனின் ஆட்டு முகத்தையும், அவனுடைய பண்பாடற்ற கிராமியமான இயல்பைப்பற்றியும் ஸ்ரீதமன் முறுவல் பூப்பான். இப்படி ஒருவரை ஒருவர் பார்த்துக் குறை கூறுவது ஒப்பிட்டுப் பார்ப்பதால் பிறக்கின்ற மன அமைதியின்மையின் பொதுவான அமிசமாகும். ஆனால் இத்தகைய நிலை யான் – எனது என்ற உணர்ச்சிக்குப் புகழ்மாலை சூடினதாகும்; ஆனால் ஒருவரையொருவர் விழைகின்ற இந்த மாய ஆர்வத்தைக் குலைக்கவில்லை.

2

வனப்பு வாய்ந்த இளவேனிற் காலம்; புட்களின் இன்னிசை எங்கணும் நிறைந்துவிட்டது. தம் தம் அலுவல்களுக்கேற்ப நந்தனும் ஸ்ரீதமனும் நாடு முழுதும் கால்நடையாகப் பிரயாணம் செய்தார்கள். எளிய வாழ்வு நடத்தும் சமுதாயத்து மக்களிடத்திலிருந்து பண்படாத இரும்புக் கட்டிகளைச் சில வாங்கிவரும்படி கார்கர் தம் மைந்தனுக்குக் கட்டளையிட்டார். அதை ஏற்று அவன் சென்றான். இந்த ஏழை மக்கள் கோரைப் பாய்களையே முன்றானையாகக் கொண்டார்கள். மேலும் இவர்கள் உலோகங்களை உருக்குவதில் திறமைவாய்ந்தவர்கள். இவர்களோடு எப்படி உரையாடவேண்டும் என்பதை நந்தன் நன்கு கற்றவன். இவ்விரு நண்பர்களுடைய சிற்றூரிலிருந்து சில நாள் பிரயாணம் செய்தால் மட்குடிசைகளில் உறையும் இம்மக்களின் ஊருக்கு வரலாம். இவர்களுடைய ஊர் குருக்ஷேத்திரத்திற்குச் சற்று அண்மையில் உள்ளது. யமுனை ஆற்றங்கரைமீது அமைந்துள்ளதும் நெருங்கிய மக்கட் தொகை மொய்த்துக் கிடக்கின்றதுமான 'இந்திரப் பிரஸ்தம்' என்னும் மாநகருக்குச் சற்று வடக்கே இந்தக் குருக்ஷேத்திரம் விரிந்து கிடக்கின்றது. வியாபாரத் தொடர்பால் தம் குடும்பத்திற்கு உற்ற நண்பனாய்த் திகழ்கின்ற ஓர் அந்தணனைக் காணவே ஸ்ரீதமன் இந்திரப் பிரஸ்தத்திற்கு வந்தான். இல்லறம் நடத்தும் நிலையைக் கடந்து இவ்வந்தணன் இன்னும் சென்றபாடில்லை. தன் ஊர் கைக்கோளர்ப் பெண்களால் நெய்யப்பட்டவையும் நன்கு சாயம் ஏறியவைகளுமான துணிகள் கொண்டு நெல்குற்றும் இயந்திரங்களையும் தீயெழுப்பும் கருவிகளையும் தான் இலாபம் காண்கின்ற முறையில் இந்த நண்பனிடம் வாங்கக் கருதியிருந்தான். எளிதில் தீ எழுப்பும் கருவிகள் கோகுலத்திற்கு மிகத் தேவைகளே.

மக்கள் நெருக்கமுள்ள பெரும் பாதைகள் வழியாகவும் வெற்று வனாந்தரங்களின் மூலமாகவும் பாலைகள் வாயிலாகவும் இவர்கள் ஒன்றரை நாட்பிரயாணத்தை முடித்தார்கள். ஒவ்வொருவரும் சுமைகளைத் தம் தம் முதுகில் தாங்கிச் சென்றார்கள். பாக்குகள் நிரம்பிய மூட்டை, சோழிகள், பாதங்களுக்கு ஊட்டப்படும் மிக உயர்ந்த செம்பஞ்சுக் குழம்பு கொண்ட மரப்பட்டைகள் இவற்றைக்கொண்டு பண்படாத உலோகக் கட்டிகளை எளிய மக்களிடமிருந்து வாங்குவதுதான் நந்தனின் நோக்கமாகும்.

ஸ்ரீதமன் தன் துணிகளைப் பெண்மானின் தோலில் வைத்துத் தைத்து எடுத்துக்கொண்டு போனான். கலப்பற்ற நட்புணர்ச்சி உந்த, நந்தன் மற்றவனுடைய சுமையையும் அடிக்கடி தாங்கிச் சென்றான். இவ்விருவரும் தேவி காளி உவக்கும் புனிதமான ஒரு நீராடும் துறைக்கு வந்தார்கள். இவள் எங்கும் நிறைந்து எல்லாவற்றையும் அன்புக் கரத்தால் தழுவுவாள். உலகங்களுக்கும் அவ்வுலகங்களில் உறையும் மன்னுயிர் அனைத்திற்கும் அன்னை ஆவாள். திருமாலின் நறவனைய இன்பலோக நித்திரையின் கனவில் விரியும் மாயையின் வடிவத்தவள். இந்த நீராடும் துறை சுவர்ணமுகி (Goldfly) அருவியின்மீது அமைந்திருந்தது. கட்டிலிருந்து அவிழ்த்துவிட்ட பரியின் குட்டியேபோல் வரைக் குகையிலிருந்து இது தாவிக் குதித்து விரைகின்றது. இதன் ஓட்டந்தணிந்து ஒரு புனிதமான இடத்தில் யமுனையோடு கலக்கின்றது. இந்த யமுனையோ இதைவிடத் தூய்மையான இடத்தில் என்றும் அழியாக் கங்கையிலே முடிவடைகின்றது. ஆனால் இந்தக் கங்கையோ பல முகங்களாகக் கடலில் பாய்ந்துவிடுகின்றது. மிகப் புகழ்வாய்ந்த பல புண்ணிய துறைகள் கங்கைக் கரைகளையும் கங்கையின் சங்கமுகங்களையும் செய்கின்றன. மாசனைத்தையும் இவை கழுவி எல்லாவற்றையும் புனிதமாக்குகின்றன. உயிரளிக்கும் இந்தப் புனலைப் பருகி அதில் தோய்ந்தால் புதிய நற்பிறவி மாந்தர்களுக்கு உண்டாகும். வான ஒளி வீதியேபோல் உலகத்தில் பொங்கிப் பரந்து ஓடுகின்ற இந்தக் கங்கையோடு பல ஆறுகள் கலக்கின்ற இடங்களும் பரிசுத்தமானவைகளே. இமம் ஈன்ற அருஞ்செல்வி சுவர்ணமுகி யமுனையோடு கலக்கின்ற இடமும் இத்தகைய தெய்வத் தன்மை வாய்ந்ததே. இந்த

வட்டாரத்தில் கோயில்களும் தூய்மைப்படுத்தும் துறைகளும் மண்டிக் கிடக்கின்றன. வேள்விகள் ஆற்றுவோர்களுக்கும் தியானத்தில் ஆழ விரும்புவோர்களுக்கும் தக்க வசதிகளை இவை அளிக்கின்றன. தூய்மையான நீர்த்துறைப் படிக்கட்டுகள் நன்கு சமைக்கப்பட்டிருக்கின்றன. நாணலும் தாமரையும் படர்ந்திருக்கும் தண்ணீரில் வைதிக முறையில்லாமலும் அலங்கோலமாகவும் திடுமெனக் குதித்து நீராட வேண்டிய அவசியமில்லை. நிதானமாய் மிக்க கௌரவத்துடன் படிப்படியாய் இறங்கி நீரைப் பருகவும் புனலாடவும் கூடும்.

இந்த நண்பர்கள் தேர்ந்த நீராடு துறையோ பெரிய துறைகளில் ஒன்றன்று. மாபெருந் துறைகளில் காணிக்கைகள் செலுத்தியவண்ணமாயிருப்பார்கள்; இவை அற்புதங்களுக்குப் பேர் போனவைகளாய்ப் பொலிந்து தோன்றும். பிரபுக்களும் எளிய மக்களும் மாறுபட்ட பொழுதுகளில் திரண்டு வருவார்கள். மேலும் இவர்கள் நண்ணிய இடம் அமைதி நிலவும் ஓர் ஒதுங்கிய சிறிய இடம். ஆறுகள் கலக்கின்ற இடம் அன்று. ஆற்றங்கரைமீது அது அமைந்திருந்தது. சுவர்ணமுகி ஆற்றின் அடிப்பரப்பிற்குமேல் அது தோன்றிற்று. அந்தக் கரையின் உச்சியில் ஒரு சிறிய கோயில் காட்சி அளித்தது. அது வெறும் மரத்தைக் கொண்டே நிறுவப்பட்ட கோயிலாகும். கண்கவரும் சித்திரங்கள் அதன்கண் செலுத்தப்பட்ட போதிலும் அது ஆட்டங் கொடுக்கும் இரங்கத்தகுந்த நிலையில் இருந்தது. அதன் கர்ப்பக் கிரகத்திற்குமேல் பொலிவுறும் வட்டமான கும்பத்தையுடைய ஒரு கோபுரம் நிமிர்ந்து நின்றது. அருவிக்கு அழைத்துச் செல்லுகிற படிக்கட்டுகளும் மரப்படிக்கட்டுகளே. அவை சற்று சிதைந்தும் போயிருந்தன. ஆனால் அவற்றின் வாயிலாகத் தக்க முறையில் இறங்குவதற்கு இயலும். இக்கோ யில்தான் எல்லா விருப்பங்களையும் இன்பங்களையும் நிறைவேற்றுகின்ற தேவி உறைகின்ற கோயிலாகும்.

இத்தகைய இடத்தைத் தேர்ந்தெடுத்ததைக் குறித்து இவ்விருவரும் மகிழ்வுற்றனர். தொழுவதற்கும் உண்பதற்கும் குளிர் நிழலில் ஓய்வெடுப்பதற்கும் தக்க வாய்ப்பு இது அளித்தது.

வெப்ப மிகுதியான நடுப்பகல்; கடும் கோடைக் காலம் பருவம் தவறி வந்தது போலவே இவ்வெப்பம் அச்சுறுத்திற்று.

இக்கோயிலின் இருமருங்கிலும் மரஞ்சோலைகளும் தேக்கந்தருக்களும் கடம்ப வனங்களும் என்றும் பசுமை மாறாத வெள்ளை, சிவந்த மலர்களுடைய புதர்களும், அடர்ந்த இலைகளும் பூக்களும் மண்டிக் கிடக்கும்; 'மக்னோலியா' என்னும் வியன் மரங்களும் கூந்தற்பனைகளும் விரிந்து கிடந்தன. இவை தரும் நிழலின் கீழ் அமர்ந்து காலை உண்டி அருந்துவது மிகவும் நலமாகும். சந்தர்ப்பங்கள் இடம் தருவதற்கேற்றவாறு இவ்விரு நண்பர்களும் முதலில் தம் காலைக் கடன்களை முடித்தனர். கோயிலுக்கு முன்பு சற்று உயர்ந்த சிறிய பீடத்தின்மீது கோயில் கொண்டிருந்த லிங்கங்களுக்குத் தைலக் காப்புச் சாத்துவதற்கு உரிய எண்ணெயும் தூய்மையான வெண்ணெயும் வாங்குவதற்கு அருச்சகர் இல்லை. ஆனால் அங்கே அகப்பை ஒன்றை இவர்கள் கண்டனர். அதன் வாயிலாக ஆற்றிலிருந்து தண்ணீரை முகந்து தக்க மந்திரங்களை ஓதி அவற்றிற்கு அபிஷேகம் செய்த பிறகு பச்சைப் பசும் படுகை வழியாகக் கீழே இறங்கினர். கைகளைக் குவித்து ஆசமனம் செய்து அருக்கியம் விட்டு நீராடிக் கடவுளை வாழ்த்தினர். குடைந்து நீராடும் கலப்பற்ற இன்ப நுகர்ச்சியால், சாத்திரம் வகுத்த காலத்தைக் கடந்தே நீரில் ஆழ்ந்துவிட்டனர். அவயவங்கள்தோறும் ஒரு புதிய தூய்மை உணர்ச்சி பாயக் கண்டார்கள்.

மரங்களுக்கடியில் தாங்கள் தேர்ந்த இடத்தில் அமர்ந்து உடன் பிறந்தோர் போலத் தாங்கள் கொணர்ந்துள்ள உண்டிகளைப் பகிர்ந்து அருந்தத் தொடங்கினார்கள். இவ்விருவர்களுடைய உண்டிகளில் யாதொரு மாறுபாடுமில்லை. ஒவ்வொருவரும் தம்தம் உணவை உண்டிருக்கக்கூடும். ஆனால் நந்தன் தன் தினையடையை இரண்டு பாதியாய் விண்டு "அண்ணே! இதை அருந்துவாயாக" என்று ஒரு பாகத்தை ஸ்ரீதமனுக்கு நல்கினான். "இந்தா தம்பி, எடுத்துக்கொள்" என்று கூறித் தன்னிடமிருந்த கனியை இரு கூறாக்கி ஒரு கூறை நந்தனுக்கு அளித்தான் ஸ்ரீதமன். கருகாததும் பசுமை மாறாததுமான புற்றடத்தின்மீது முழங்கால்களையும் கால்களையும் நன்றாய் மடக்கிக்கொண்டு தன் உணவுக்குப் பக்கத்தில் ஸ்ரீதமன் வீற்றிருந்தான். சிற்றூர் மக்கள் உட்காருவதுபோல் முழங்கால்களைத் தூக்கியும் கால்களைப் பரப்பியும் நந்தன் உண்டியின் பக்கலில் அமர்ந்தான். ஆசனங்களில் தக்கபடி

அமர்வதற்கே பிறந்ததாக ஒருவன் இல்லாமற்போனால் நீண்டகாலம் ஒரே முறையில் உட்கார்ந்திருப்பது இயலாத காரியமாய்விடும். தங்களையறியாமலேயே ஆசனத்தைப் பற்றிய யாதொரு கருத்துமின்றி இந்நிலைகளில் காட்சி அளித்தார்கள். ஒவ்வொருவர் அமர்கின்ற முறைகளை அவர்கள் கவனித்திருப்பார் களேயாகில் பண்டைய மக்கள் மரபைப் பின்பற்றும் விருப்பத்தை மேற்கொள்ளும் வகையில் ஸ்ரீதமன் முழங்கால்களைத் தூக்கிக் கொண்டு உட்கார்ந்திருப்பான். நந்தன் தன்னுடைய விருப்பத்திற்கு மாறாக ஸ்ரீதமன்போல் வீற்றிருக்கக்கூடும்.

நந்தன் சிறிய குல்லாய் ஒன்றைத் தன் சென்னியில் அணிந்திருந்தான். நீராடிய அவனுடைய கறுத்த மழமழப்பான தலைமயிர் இன்னும் ஈரமாய்த்தான் விளங்கிற்று. அவன் அரைக் கச்சை ஒன்றை அணிந்திருந்தான். அவனுடைய புயங்களின் மீது வளையல்கள் திகழ்ந்தன. தங்கத்தினால் கட்டப்பட்ட முத்துமாலை ஒன்று இவன் கழுத்தில் மின்னிற்று. கன்று உருக்கொண்ட அதிர்ஷ்டத் தாயத்து அவன் மார்பில் திகழ்வதை ஒருவன் காணக்கூடும். ஸ்ரீதமன் தன் தலைமீது வெள்ளைத் துணி முண்டாசு ஒன்றைச் சுற்றியிருந்தான். கால் உடைகள்போல் தொங்கிக் கொண்டிருக்கும் முன்றானையால் போர்த்தப்பட்ட ஸ்ரீதமன், கைகள் குட்டையான வெண்ணிறமான மேற்சட்டை அணிந்திருந்தான். அந்த மேற்சட்டையின் கழுத்திலுள்ள இடை வழியாக ஒரு மெல்லிய சங்கிலியால் தொங்கவிட்டிருக்கும் தாயத்துப்பை திகழ்ந்தது. தம் தம் சமயங்களுக்கு ஏற்ற சின்னங்களை நெற்றிகளின்மீது திருமண்ணைக் கொண்டோ கோபியைக் கொண்டோ தீட்டியிருந்தார்கள்.

உண்டி அருந்திய பிறகு எஞ்சி நின்றவையை அப்புறம் அகற்றிவிட்டு உரையாடலானார்கள். எவ்வளவு இன்பமாய் எல்லாம் காட்சி அளிக்கின்றன. அரசிளங்குமரர்களும் வேந்தர்களும் இத்தகைய இன்பப்பேற்றை எய்தியிருக்க முடியாதல்லவா? காற்றில் அசைந்தாடிச் சலசலக்கும் செறிந்த இலைகளும், கொத்துக் கொத்தாய்ச் செறிந்து விளங்கும் மலர்களையும் கொண்ட நீண்ட, மூங்கிற் மரங்களுக்கு இடைவாயிலாக அந்த அருவியையும், அதற்குப் போகின்ற அடிப்படிக்கட்டுகளையும் அவர்கள் பார்க்க இயலும். நீர்க்

கொடிகள் தண்ணீர்மீது தொங்கிக்கொண்டிருக்கிற இலைகளுக்கு மிகக் கவின்பெற மாலையிடுவனபோலத் தோன்றின. மலர்கின்ற புல்பூண்டுகளை அடிக்கடி வட்டமிட்டு அங்குமிங்கும் தாவிப் பறந்து முரல்கின்ற பூச்சிகளின் மெல்லிய குரலோடு கட்புலனாகாத புட்களின் அரவமும் அவற்றின் இசையும் கலந்தன. உயிர்க்களை பெய்யும் குளுமையும் இன்பம் நல்கும் செடி கொடிகளின் வாசனையும் எங்கணும் நிறைந்தன. மல்லிகை மலரின் செறிந்த மணமும் பனம் பழத்தின் தனிப்பட்ட விரையும், கடுகெண்ணெயின் நாற்றமும், சந்தன மரத்தின் சுகந்தமும் வீசின. நீராட்டச் சடங்கு முடிந்த பிறகு கடுகெண்ணெயைத் தன் மேனியில் நந்தன் பூசிக்கொண்டான்.

"பசிப்பிணி, நீர் வேட்கை, மூப்பு, இறப்பு, கண்ணொளி இழந்த குருட்டுப் பிறவி, துயர் மண்டிக்கிடக்கும் வாழ்வு இவை யாவும் அறுகடல்களைக் கடந்து நாம் வந்திருக்கிறதுபோல இங்கு நாம் உணர்கின்றோம். காண்பதற்கரிய அமைதி ஆட்சி புரிகின்றது. ஓய்விலா வாழ்க்கைச் சுழலிலிருந்து அதன் அசைவற்ற இன்பம் நல்கும் நாப்பண்ணில் நாம் நாட்டப்பட்டதுபோல் எல்லாம் தோன்றுகின்றன. ஒலிகள் அவிந்து எப்படி சூழ்நிலை அடங்கிக் கிடக்கின்றது, பார். 'அடங்கிக் கிடக்கின்றது' என்ற சொல்லை நான் வழங்கின மர்மம் தெரியுமா? பேச்சற்று வாளா இரு என்று எப்பொழுது இயம்புகின்றோம் என்பதை உணர்கின்றாயா? ஒன்றை நாம் உற்றுக் கேட்கும் பொருட்டே வாய்மூடி மௌனம் சாதிக்கச் செய்யும்படி வேண்டுகிறோம். முற்றிலும் அமைதி அடைந்துவிட்டது என்று இயம்புவதற்கில்லாத ஒன்றை உற்றுக் கேட்க இந்த மோனம் உதவுகின்றது. இந்த மோனம் கனவில் பேசுகிறது போல் ஒன்றைக் கூறுகின்றது; நாமும் அதைக் கனவு காண்போர் போலக் கேட்கின்றோம்."

"முற்றிலும் உண்மையே நீ கூறும் சொல்" என்று விடை அளித்தான் நந்தன். "சந்தைச் சந்தடியிலே ஒருவன் உற்றுக் கேட்கின்றானில்லை. ஒலி அமிழ்ந்து அமைதி நிலவும் இடத்தில்தான் ஒருவன் ஒன்றிற்குச் செவி சாய்க்க முடியும். அமைதியை வேண்டுவது செவிமடுப்பதின் பொருட்டேயாகும். முற்றிலும் ஒலி இறந்தது; மோனம் நிரம்பியது –இது ஒன்றே நிருவாணமாகும். இந்நிலையை ஒலி அடக்கிற்றென்றோ நலம் பயக்கக்கூடியதென்றோ கூறுவதற்கு இயலாது.

'இல்லைதான்' என்று ஸ்ரீதமன் விடையளித்தான். ஆனால் அவன் சிரிக்காமலிக்க முடியவில்லை; "நிருவாணத்தை ஒலி அடங்கின நிலையென்றும் இன்பம் பயக்கக்கூடிய தென்றும் கூறுவது உனக்குத் தோன்றுவதுபோல வேறு ஒருவருக்கும் படவில்லை. இது இல்லை, அது இல்லை என்ற விசித்திரமான 'நேதி' வாக்கியத்தை நீ காண்கின்றாய். இப்படி நேதி உரையைக் கொண்டுதான் நிருவாணத்தைச் சித்திரிக்க முடியும். சில சமயங்களில் கூர்மையான அறிவு மிக்க பொருள்களை மொழிகின்றாய். ஒவ்வாததும் அதே சமயத்தில் முற்றிலும் தக்கதாயுமிருக்கிற ஒன்றை அறிவு மிக்க கூர்மையானது என்று நான் சொல்லக்கூடுமானால் அச்சொல்லை நான் வழங்குவேன். நீ பகரும் சொல்லை நான் பெரிதும் விழைகின்றேன். உள்ளுக்கு வாங்கும் ஒரு பெருமூச்சு மார்பகத்தின் அடிப்பாகத்தைச் சட்டெனச் சுருங்கச் செய்வதுபோல அது என்னை ஆக்கிவிடுகின்றது. சிரிப்பும் அழுகையும் எத்தகைய நெருங்கிய தொடர்புடையதாயிருக்கின்றன என்பதை நாம் காண்கின்றோம். இன்பத்திற்கும் துன்பத்திற்கும் மாறுபாடு எழுப்புதலும் ஒன்றை ஏற்று மற்றொன்றை வெறுப்பதும் மயக்கமே ஆகும். இவ்விரண்டையுமே நல்லது என்றும் கெடுதல் இயம்பக்கூடும்.

"சிரிப்பும் அழுகையும் கலந்துதான் இருக்கின்றன என்பதை ஒப்புக்கொள்ளத்தான் வேண்டும். வாழ்க்கையில் நம்மை ஆட்டி வைக்கிற பொருள்கள் எல்லாவற்றிலுமே இவற்றை நல்லவை என்று கூறலாம். உள்ளத்தைத் தொடுகின்ற ஒன்று என்று இதை உரைக்கவும் இயலும். வாழ்க்கையின் இன்பப் பக்கலில் திகழ்கின்ற இதற்கு இரக்கம் என்று செப்பலாம். இவ்விரக்க உணர்ச்சியே துயரில் உள்வாங்கும் பெருமூச்சேபோல் என்னுடைய மார்பகத்தின் அடிப்பாகத்தைச் சுருங்கச் செய்கின்றது. உன்னுடைய கூர்மையான அறிவு என்னைத் துன்புறுவதற்குக் காரணம் என் இரக்கமே."

"உன்னை இது துன்புறுத்துவானேன்?" என்று நந்தன் வினவினான்.

"அதன் காரணத்தை உனக்கு உரைக்கின்றேன். புத்திக் கூர்மை இருந்தென்ன, பிறவிப் பெருங்கடலில் தத்தளிக்கிற குழந்தைதான் நீ. வாழ்விலே ஊன்று கொண்டிருக்கிறாய்" என்று

விடையிறுத்தான் ஸ்ரீதமன், இன்ப துன்பத்தையும் சிரிப்பையும் அழுகையையும் கடந்துபோக மிக விரும்பும் ஆண்மக்களின் குழுவைச் சேர்ந்தவனல்லன் நீ. தண்ணீர்ப் பரப்பிற்குமேல் வந்து தன்னுடைய மலர்கள் கொண்டு விண்ணிற்கு அஞ்சலி செய்யும் தாமரைபோல் அச்சான்றோர்கள் திகழ்கின்றனர். வாழ்க்கையின் அடி ஆழங்களில் – பலவகையான உருவங்களும் வடிவங்களும் ஒன்றோடு ஒன்று பின்னி மண்டிக் கிடக்கும் அடி ஆழங்களில் – இருப்பதில் உனக்கு மிகவும் இயல்பாகப் போயிருக்கிறது. செல்வத்திற்கோ குறைவில்லை, நல்ல நிலையில் இருக்கின்றாய். உன்னைப் பார்ப்பதில் ஒவ்வொருவருக்கும் இன்பமாயிருக்கிறது. ஆனால் நிருவாணம் போன்ற கருத்து திடீரென உன் உள்ளத்தில் முளைத்துவிடுகின்றது. அதில் ஈடுபட நினைத்துவிடுகிறாய். அந்த நிருவாணத்தை அமைதியென்று சொல்லுவதற்கில்லை, நலமிக்க இன்ப நிலையென்றும் கூறுவதற்கில்லை என்று மொழிகின்றாய். இத்தகைய ஆராய்ச்சி செய்யப் புகுந்து உன் மனத்தைக் குழப்பிக் கொள்ளுகிறாய். இப்படி விசித்திரமாய்ப் பேசுவது ஒருவனை அழும்படி செய்துவிடுகின்றது. உள்ளத்தைத் தொடுகின்றது என்ற சொற்றொடரை நான் வேண்டுமென்றே அமைத்தேன். நீ இன்பமாய் வாழ்கின்றாய். இத்தகைய எண்ணங்கள் வாழ்வின் இன்பத்தைக் குலைத்துவிடுமோ என்று என் உள்ளம் சாம்புகின்றது."

"நான் சொல்லுவதைச் சற்றுக் கேள்" என்று நந்தன் வாதாடினான். "நீ கூறுவது எனக்கு விளங்கவில்லை. சாரமற்ற இம்மை வாழ்க்கையில் நான் உழல்கின்றேன். உயர் தாமரை தெய்வ வாழ்க்கையை நான் பின்பற்ற இயலாது என்று உரைக்கின்றாய். இது முற்றிலும் உண்மையாயிருக்கலாம். நிருவாணத்தைப்பற்றிய ஆராய்ச்சியில் எவ்வளவு இயலுமோ அவ்வளவு நான் கவனம் செலுத்துவதால், அது நலமில்லை என்று உன் மனம் நோகின்றது என்று சொல்லுவது எங்கனம் பொருந்தும். பார்க்கப்போனால் நீயுந்தான் என் மனத்தைப் புண்படுத்திவிட்டாய் என்று மொழிவதற்குச் சற்று இடந்தருவாய்."

"எப்படியோ?" என்று ஸ்ரீதமன் வினவினான்.

"நீ மறைகளை ஓதியிருக்கிறாய். ஆன்மாவின் இயல்பைப் பற்றிப் படித்திருக்கிறாய். ஆனால் இவற்றையெல்லாம்

கற்காத மாந்தர்களைவிட – இந்த மாய உலகியல் வாழ்க்கை உன்னை எளிதில் குருடனாக்கிவிட்டது. இந்நிலைதான் என் நகைச்சுவையைக் கிளறிவிடுகின்றது. நீ மொழிந்ததுபோல் 'இது இரக்க உணர்ச்சியையும் –இன்ப நல்வாழ்க்கையில் எழுகின்ற இரக்க உணர்ச்சியையும் – நல்குகின்றது. நாம் இருக்கிற இடம் ஓரளவுக்கு அமைதி நிலவும் இடமே. வெம்பசி, நீர்வேட்கை இவைபோன்ற அறுகடல்களைத் தாண்டி அமைதி உறையும் வாழ்வின் நடுவே நீ வீற்றிருப்பதாய் நினைக்கின்றாய். இந்த அமைதி, இந்த அமைதியில் நீ உற்றுக் கேட்கக்கூடிய பொருள்கள் யாவுமே, அடியில் பல்லாயிரக் கிளர்ச்சிகள் நிகழ்ந்துகொண்டிருப்பதைச் சுட்டும் சின்னமாகும். அமைதி, சாந்தம் இவற்றைப் பற்றிய உன் கருத்துக்கள் யாவும் கருத்தளவிலேதான் நிற்கின்றன. புட்கள் கூவி அழைக்கின்றன. ஏனெனில் அவை காதல் புரிகின்றன. இந்த வண்டுகளும், குளவிகளும் மூட்டுப்பூச்சிகளும் இரையை நாடி அங்கும் இங்கும் திரிகின்றன. இந்தப் புல்லில்கூட நம் செவிகள் உணர்தற்கரிய வாழ்விற்கும் சாவுக்கும் உள்ள போராட்டச் சந்தடிகள் நிகழ்ந்து கொண்டுதானிருக்கின்றன. மரங்களை மிக அன்புடன் கட்டித் தழுவுகின்ற திராட்சைக் கொடிகள்கூட அவற்றின் சாரத்தையும் காற்றையும் உறிஞ்சித் தாம் வாழ அவற்றைக் குலைக்கப் பார்க்கின்றன. இங்குதான் வாழ்வைப் பற்றிய உண்மையான அறிவு உனக்குக் கிடைக்கும்."

"நான் இதை நன்கறிவேன்" என்று ஸ்ரீதமன் விடை அளித்தான், "இதைப் பார்க்கவேண்டாம் என்று என் கண்களை மூடிக் கொள்ளவில்லை. அப்படி மூடிக்கொள்ளுவதாயிருந்தால், ஒரு கணத்திற்குத்தான் அப்படிச் செய்வேன். அதையும் வேண்டுமென்றே செய்கிறேன். வெறும் பகுத்தறிவைப்பற்றிய உண்மையும் ஞானமும் இருக்கின்றன; ஆனால் இவற்றிற்கு நனி மேலான அனுபூதி நெறி ஒன்று மிளிர்கின்றது. அது நேரிடையாக மனித இதயத்தை உணர்கின்றது. இந்த அனுபூதிச் செல்வத்தைக்கொண்டு ஓர் உருவகத்தில் காண்கின்ற உண்மைபோல் இந்தப் பிரபஞ்சமாம் நூலை முதன்முதலாகச் சாதாரண முறையில் அறியக்கூடும். இன்னுமோர் உயர்ந்த முறையிலும் இதைக் கண்டு கொள்ள இயலும். இதன் வா யிலாகக் கலப்பற்ற தூய்மை வாய்ந்த ஆன்ம ஒளியைத் தரிசிக்க

முடியும். இதையெல்லாம் மாயை என்று கருதினாலன்றிப் போராட்டம் ஓய்வதிலின்று எழும் இன்பத்தையும் அமைதி உணர்வையும் எப்படி எய்துதல் கூடும்? இந்த மாயை வடிவும்கூட ஒரு மாயையாக இருக்கலாம்; ஆனால் அது அமைதியும் இன்பமும் வாய்க்கப்பெற்றது என்று இயம்ப முடியாது. பேருண்மையைக் காண்பதற்கு இந்தப் பிரத்தியட்ச பிரபஞ்சத்தையே ஒரு கருவியாக அமைத்துக் கொள்ளுவதற்குரிய வாய்ப்பு மனிதனுக்கு அளிக்கப்பட்டிருக்கிறது. இந்தப் பேற்றைப் புலப்படுத்துவதற்குக் 'கவிதை' என்ற அருஞ் சொல்லை மொழி படைத்துத் தந்திருக்கிறது."

"அப்படியா! நீங்கள் நினைக்கிறது இதுதானா" என்று 'கொல்லென்று' நந்தன் நகைத்தான். "உன்னை ஒருவன் உற்றுக் கேட்டால் சாமர்த்தியத்திற்குப் பிறகு வருகின்ற அசட்டுத்தனமாய்த் தான் கவிதை விரியும் என்று கருதுவான். ஒருவன் மூடனா யிருக்கிறான் என்று வைத்துக்கொள்ளுவோம். இப்படி வைத்துக்கொள்ளுவது இன்னுமா அவன் மூடனாயிருக்கிறான் அல்லது மீண்டும் மூடனாய் விடுவான் என்பதன் பொருட்டா? அறிந்திலேன். உன்னைப்போன்ற சாமர்த்தியமுள்ளவர்கள் எங்களைப் போன்றவர்களுக்கு ஒன்றையும் எளிதாக்குகிறதில்லை என்றுதான் நான் மொழிய வேண்டியிருக்கிறது. புத்திசாலியாய் இருப்பதற்கு நாங்கள் எண்ணுகிறோம். ஆனால் அந்தப் புத்திசாலித் தன்மையை அடைவதற்குள் உண்மையான நிலையை நாங்கள் எய்தியிருக்கிறோம். அது யாதெனில், மீண்டும் மூடனா யிருப்பதே. புதிதாயும் உயர்ந்ததாயுமுள்ள ஞானப் படிகளை நீங்கள் எங்கட்குக் காட்டக்கூடாது, ஏனெனில் முதற்படிகளைக் கடப்பதிலேயே தைரியத்தை நாங்கள் இழக்கக்கூடுமன்றோ?"

"ஒருவன் சாமர்த்தியமாயிருக்கவேண்டுமென்ற சொல்லை நீ என்னிடமிருந்து கேட்கவில்லையே" என்று ஸ்ரீதமன் உரைத்தான், "அதிருக்கட்டும்; நாம் உண்டியை முற்றிலும் அருந்திய பிறகு, மென்மையான புல்லின்மீது அமர்ந்து மரங்களுடைய கிளைகள் வாயிலாக விசும்பை நோக்குவோம். மெய்யாகவே யாதொரு கட்டாயமின்றி விண்ணை நோக்குதற்குரிய இடத்திற்கு வந்து அதைப் பார்ப்பது ஆச்சரியமன்றோ? மேலும் நம் நயனங்கள் ஏற்கனவே ஆகாயத்தை நாடிவிட்டன. புவி அன்னை விண்ணை நோக்கும்வண்ணம் போல நாம் பார்ப்பதில் எவ்வளவு

இன்பம்." "இஸ்யா அப்படியே ஆகும்" என்று நந்தன் கூறி ஒப்புக்கொண்டான். "இஸ்யாத் என்பதுதான் பிழையற்ற சொல்லாகும்" என்று மொழிந்த நந்தனை ஸ்ரீதமன் திருத்தினான். நந்தன் தன்னைப் பார்த்தும் ஸ்ரீதமனைப் பார்த்தும் நகைத்தான்.

"இஸ்யாத், இஸ்யாத்" என்று திரும்பத் திரும்பச் சொன்னான், "மயிரிழைக் குற்றந்தனையும் நுணுக்கமாய்த் துருவி ஆராய்வோனே! என் மொழி எனக்கே இருக்கட்டும். நான் வடமொழி பேசுங்கால் மூக்குக் கயிறுள்ள கன்று ஈனாத இளம்பசு தன் நாசி வழியாய் உறுமுதல்போல அது ஒலிக்கின்றது."

ஆயர் வாழ்க்கையிலிருந்து திரட்டப்பட்ட இந்த உவமையைக் கேட்ட ஸ்ரீதமனும் உள்ளம் உவக்கச் சிரித்தான். ஸ்ரீதமன் உரைத்ததுபோலவே புல்லின்மீது கைகால்களைப் பரப்பியே இவ்விருவரும் படுத்தார்கள். அசைந்தாடுகின்ற இலைகள் மூலமாகவும், மண்டிக்கிடக்கின்ற புதர்கள் வா யிலாகவும் திருமால் அறிதுயில் கொண்டிருக்கும் நீலவானை நோக்கினார்கள். இந்திரன் சேய்கள் என்று அழைக்கப்படும் ஈக்கள் இவர்கள்மீது உட்காரத் தொடங்கின. இவற்றினின்று தங்களை விடுவித்துக் கொள்ளுவதற்காக முறிந்த கிளைகளை ஆட்டிக்கொண்டே இவர்கள் இருந்தார்கள். நிலமகள் நீள்விசும்பை நோக்குவதுபோலத் தானும் அதைப் பார்ப்பதற்காக நந்தன் படுத்தானில்லை; இயற்கையாய் அமைந்த அவனுடைய நற்குணம் அவனை அப்படிச் செய்யும்படித் தூண்டிற்று. ஆனால் திராவிடற்குரிய முறையில் வாயிலே ஒரு மலரைக் கடித்துக்கொண்டு நந்தன் விரைவில் உட்கார்ந்துவிட்டான்.

"இந்த இந்திரப்பூச்சி படுமோசமான பூச்சி ஆயிற்றே" என்றான் நந்தன். "இந்தச் சொல் ஒரு பூச்சியை மட்டும் குறிக்கவில்லை. பறந்து பாய்கின்ற பூச்சிக் கணங்களையே சுட்டும். என்னுடைய கடுகெண்ணெய்க்காக அந்தப் பூச்சி வருகின்றது போலும். வச்சிராயுதத்தை வழங்கும் அந்த மாபெருந் தெய்வம், ஐராவதத்தின்மீது ஊர்ந்துவரும் அத் தேவன் – நாம் புரிந்த குற்றத்திற்காகத் தண்டனை விதித்திருக்கக்கூடும். அவனுடைய ஆசையை நிறைவேற்றுவதற்காக அவன் தண்ணளியில் இருக்கிற இப்பூச்சி நம்மைத் துன்புறுத்த வருகின்றதா?

தேவேந்திரனுடைய சீற்றத்தின் காரணந்தான் நீ முன்னமேயே உணர்ந்த விஷயந்தானே."

"இது உன்னைப் பாதிக்காது" என்று விடை அளித்தான் ஸ்ரீதமன். "இந்திரவிழா புதிய முறையில் அதாவது அந்தணர் பின்பற்றுகிற முறையில் நடக்கவேண்டும் என்ற கடந்த இலை உதிர்ந்த காலத்தில் உன் வாக்குறுதியை மரத்தடியில் அளித்திருக்கிறாயே. இன்னுமோர் புதிய முறையில் அதாவது மிகப் பண்டைய முறையில் திருவிழா வாயிலாக நன்றி செலுத்தப்போவதாக, "இந்திரனுக்கே செய்திவிட சிற்றூர் அவையில் தீர்மானித்துவிட்டாலும், அதைப்பற்றி நீ பொருட்படுத்த வேண்டியதில்லை. எனக்கு யாதொரு சம்பந்தமுமில்லை என்று உன் கைகளைக் கழுவிக்கொள்ள இயலும். மேலும் அந்தணன் இந்திரனுக்கு ஆற்றி வருகிற வேள்வியைக் காட்டிலும் நாங்கள் நடத்தப்போகும் திருவிழா கிராமப் பொதுமக்களின் சமய உணர்ச்சிக்கு மிகவும் ஏற்றதாயிருக்கும். மேலும் வச்சிராயுதத்தை வழங்குகின்ற அத்தேவன் ஆதித் தொல்மக்களின் கோட்டை கொத்தளங்களை இடித்து அழித்தவனாயிற்றே."

"நீ கூறுகிற மொழியின்படி அப்படியே எல்லாம் ஆகும்" என்று நந்தன் விடையளித்தான். "ஆனால் என் மட்டில் புகலரும் ஓர் அச்ச உணர்ச்சி என் உள்ளத்தே பாய்கின்றது. இந்திரன் சார்பாக மரத்தடியில் நான் என் வாக்குரிமையை அளித்தது உண்மைதான். இவ்விஷயத்தை அவன் கவனிப்பானா? கோகுலத்தில் அவனுக்குத் திருவிழா நடத்தக்கூடாதென்று சொன்னவர்களோடு என்னையும் ஒரு பொறுப்பாளியாக அவன் சேர்ப்பான். இந்திர விழா நடத்தக்கூடாது என்ற எண்ணம் எப்படி மக்களின் மனத்தில் முளைத்ததோ? 'இது தக்கதன்று' என்ற கருத்து எங்கிருந்துதான் அவர்கட்கு வந்ததோ? இந்திர விழா ஆயர்களுக்கும் குடியானவர்களுக்கும் ஒவ்வாத திருவிழாவாகும். தமக்குரிய எளிய தூய சடங்கைத் தாம் சிந்திக்கவேண்டும் என்றார்கள் ஆயர்கள். தேவேந்திரனுக்கும் தமக்கும் என்ன தொடர்பு வேண்டியிருக்கிறது என்று மொழியலானார்கள். வேதம் வல்ல வேதியர்கள் இடையறாது மறைகளை ஓதி ஓதி இந்திரனை வழுத்தட்டும். நாங்கள் ஆவுக்கும், வனங்களுக்கும், காடுகளுக்கும், புல் தடங்களுக்கும் பூசனைகள் ஆற்றுவோம். இவைதாம் நாம் வணங்கும் தெய்வங்களாகும்.

எங்கள் ரட்சகர் தோன்றுவார். இவருக்கு முன்புதான் இந்திரன் திகழ்ந்தான். இந்த இந்திரன் எங்களிடையே காட்சி அளிப்பதற்கு முன்பேயே நாங்கள் இத்தகைய வழிபாட்டில் ஆழ்ந்திருந்தோம். இந்த இந்திரனோ தொல்குடி மக்களின் கோட்டைகளைத் தகர்த்தவன். எது தக்கது என்பதை நாங்கள் நன்கு உணராதுபோயினும் அந்த நெறி எங்கள்முன் விரியும். எங்களுடைய உள்ளங்களே அதை உணர்த்திவிடும். எங்கள் ஆயர்பாடியில் விளங்கும் ஒளிதிகழ் சிகரத்தையுடைய கோவர்த்தனகிரிக்கும் அதன் புற்றடங்களுக்கும் நாங்கள் தூய சடங்குகள் கொண்டு வழிபாடுகள் செய்வோம். இந்தப் புதிய சடங்குகளின் முறைகளை எங்கள் உள்ளங்களிலே நாடித் தேடிப் பிடித்துச் செயற்படுத்துவோம். இந்தக் கிரிக்கே மந்தையிலுள்ள மிகச் சிறந்த ஒன்றைப் பலியிடுவோம். மோரும், மலர்களும், கனிகளும் அரிசியும் காணிக்கைகளாக நல்குவோம். பிறகு இலையுதிர் காலத்திற்குரிய மாலைகள் சூடி ஆவின் திரள் தன் வலது பக்கத்தை வரைக்குக் காட்டியபடியே அங்கே திரியும்; இளம் ஏறுகள் சூல்கொண்ட கார்முகில்கள் போல அந்தக் கிரிக்கு பேரிடி முழக்கஞ் செய்யும். இதுதான் நாங்கள் புரியும் வரைவழிபாடாகும். இவ்வழிபாடு புதுமைக்கு ஒரு புதியதாய்ப் பழமைக்கு ஒரு பழமையாய் இலங்குகின்றது. இதைப்பற்றி அந்தணர்கள் யாதேனும் ஒரு குறை கூறாது இருக்கும் பொருட்டு, நூற்றுக்கணக்கான அந்த இனத்தாருக்கு விருந்தளிப்போம். எல்லா மந்தைகளிலுமுள்ள மாட்டுப்பாலைத் திரட்டுவோம். அவர்கள் மனம் திருப்தி அடையும் பொருட்டு அவர்களுக்குத் தயிரைத் தருவோம். அவர்களுக்குப் பாலுஞ் சோறும் அளித்தால் அவர்கள் மனமகிழ்ந்து போய்விடுவார்கள். அந்த மரத்தின் நிழலில் வீற்றிருந்த சிலர் இப்படி இயம்பினார்கள். சிலர் அவர்கள் கருத்தை ஏற்றார்கள்; வேறு சிலர் அதற்கு இணங்கினார்களில்லை. நானோ வரைவழிபாட்டிற்கு மாறுபாடான கருத்தை முதலிலிருந்தே பாராட்டி வந்தேன். ஏனெனில் பேரச்சங்கலந்த பணிவு இந்திரன் பால் எனக்குண்டு. இந்திரன்தான் கருநிற மக்களின் கோட்டைகளை இடித்துத் தள்ளியவன். ஒருவரும் தக்கவாறு இப்பொழுது அறிய இயலாதவைகளுக்குப் புத்துயிர் கொடுக்கக் கருதுபவர்களோடு எனக்கு உடன்பாடில்லை. நீயோ — மொழி சம்பந்தப்பட்ட வரையில் மாசற்ற தூய சொற்களை வழங்குகின்றாய். இந்திர விழாவைப் புறக்கணித்துவிட்டு வரைவழிபாட்டின் மறுமலர்ச்சியை ஆதரித்துப் பேசினாய். அக்காரணத்தால்

நான் வாளாயிருந்தேன். சாத்திரப் பள்ளியில் புகுந்து ஆன்ம ஆராய்ச்சி செய்த படித்த அறிவாளிகளே இந்திரனுக்கு எதிராகச் சடங்குகளைக் குறைத்து அவற்றை எளிதாக ஆக்கவேண்டுமென்று முழங்கும்போது, என்னைப் போன்றவர்கள் என்ன கூறமுடியும்? எங்கும் புகுந்து கோட்டை கொத்தளங்களை மண்ணோடு மண்ணாய் அடிமட்டம் ஆக்கிய இந்திரனுக்கு ஒருவிதமான நியாயம் வழங்கப்படவேண்டுமென்றும் ஆயிரக்கணக்கான அந்தணர்களுக்கு விருந்தோம்பினால் இந்திரன் திருப்தி அடைவான் என்பதுந்தான் எங்கள் நம்பிக்கையாகும். இந்திரன் திருப்தி அடைந்தால் மழை பொய்த்து நாங்கள் வாடாமலும், மிகுதியாய்ப் பெய்து எல்லாம் அழியாமலும் அவன் கருணை கொள்வான் என்பதுதான் எங்கள் பிரார்த்தனை. ஒருக்கால் தன் பொருட்டு இடையறாது ஆற்றப்பட்ட விழாவின் மீது இந்திரனுக்கு சலிப்பு ஏற்பட்டுவிட்டதா? வரை வழிபாடும், பசுக்கள் வரையைச் சுற்றி வலம்வருகின்ற காட்சியும் அவனுக்கு வேடிக்கையும் வினோதமாயுமிருக்குமா? கள்ளங்கபடற்ற எளியோம் ஆகிய எங்களுக்கு மட்டும் இந்திரன்பால் மிகுந்த மரியாதை இருந்தது. ஒருவேளை இந்த நாளில் தன்னிடத்திலேயே ஒரு மாட்சிமைக் குறைவை அவர் கண்டாரா? முடிவில் வரைவழிபாட்டின் மறுமலர்ச்சியை நான் பெரிதும் விழைந்தேன். மாலையணிந்த பெற்றத்தை மலையின் கண் ஓட்டுவதில் இன்புற்றேன். என்னுடைய கொச்சை மொழியைத் திருத்தி 'இஸ்யாத்' என்று கூறவேண்டும் என்று சொன்ன நீயோ, தூய பண்பட்ட மொழிவாயிலாகவே சடங்குகளை எளிதாக்க வேண்டுமென்று மொழிவது எங்ஙனம்? இது விசித்திரமன்றோ?" என்றான் நந்தன்.

"என்னை நிந்திப்பதற்கு யாதோர் ஆதாரமும் உனக்கில்லை. அந்தணர் சடங்குகளைப் போற்றுகிற நீயோ மக்கள் பேசும் கொச்சை மொழியை வழங்குகின்றாய். இப்படிப் பேசுவதில் நீ திளைத்தாய் போலும். எளிமையின் உரிமைகளை நிலைநாட்டப்புகும் ஒருவன், பழுதற்ற பண்பாடுள்ள சொற்களைப் பயன்படுத்துகிற முறையில் இன்னும் மிகுதியான இன்பம் காண்கின்றான் என்பதை உனக்கு உரைக்கின்றேன்."

3

அவர்கள் இருவரும் சற்று மோனத்தில் ஆழ்ந்தே இருந்தார்கள். ஸ்ரீதமன் எவ்வண்ணம் படுத்துக் கிடந்தானோ, அப்படியே அமர்ந்து விசும்பைத் துருவி ஆராய்வதுபோல நோக்கிக்கொண்டிருந்தான். நந்தனோ தன் முழங்கால்களைத் தன் உருண்டு திரண்ட புயங்களால் தழுவிக் கட்டியபடியே வீற்றிருந்தான். அவன் கண்கள் தருக்களின் இடைவெளி வழியே ஆற்றங்கரைச் சரிவையும் கடந்து அன்னை காளியின் புண்ணிய நீர்த்துறைக்கு விரைந்தன.

"அதோ! இடியும் மின்னலும்! இந்திரனின் குலிசங்களும் கண்ணைப் பறிக்கும் பேரொளிப் பிழம்புகளும்!" என்று சட்டென முணுமுணுத்துக்கொண்டு வியப்பில் தன்னுடைய விரலைத் தன்னுடைய தடித்த அழுத்தமான உதடுகளில் வைத்தபடியே, "ஸ்ரீதமன் அண்ணே, உட்கார்ந்து அமைதியாக நோக்கு. அவள் குடைந்து நீராடப் போகின்றாள் என்று நினைக்கின்றேன். கண்களைத் திறந்துபார். நம் நயனங்களுக்கு விருந்துதான்; நோக்குவதால் பிறக்கும் சிரமத்திற்குப் பயன் உண்டு. அவள் நம்மைக் காண இயலாது; நாம் அவளைப் பார்க்கக்கூடும்" என்று நந்தன் இயம்பினான்.

அமைதி அரசு புரியும் அந்தத் தனித்த கோயிலிலே நீராடுதல் பொருட்டு ஓர் இளம் பெண் நின்றாள். தன்னுடைய துகிலையும் கச்சையையும் படிகளின் மீது கழற்றி வைத்தாள். அவள் கழுத்தில் திகழ்கின்ற மணிகளைத் தவிரவும், காதுகளில் அசைகின்ற தோடுகளையுந் தவிரவும், அவளுடைய செறிந்த கூந்தலைச் சிறை செய்த வெண்மையான நாடாவைத் தவிரவும் அவளுடைய மேனி மீது யாதொன்றுமில்லை. அவளுடைய உடலின் எழில் கண்களைப்பறிக்கும் இயல்புவாய்ந்ததாய்ச் சுடர்விட்டது. அவள் தெய்வ மாயையால் சமைக்கப்பட்டவள் போலக் காட்சி அளித்தாள்.

தவத்தால் தெய்வசக்தியைக் கண்டு முனிவன் பெற்றுவிடுவானோ என்று அஞ்சி அதைக் கலைக்க அமர நாட்டு மகளான பிரேமலோசனையை இந்திரன் அவர்பால் விடுத்தான். குடைந்து நீராடவந்த இந்த மங்கையின் வடிவு அவளுடைய வடிவை நினைவூட்டிற்று.

ஸ்ரீதமன் எழுந்து அமர்ந்தான். அவன் பார்வை அந்த நங்கையின் வடிவத்தின் மீது படிந்திருந்தது. "நாம் அவளை நோக்குகின்றோம்! அவள் நம்மைப் பார்த்தாள் இல்லை! இது முறை அன்று. நாம் இந்த இடத்தைவிட்டு அகன்று விடுவோம்" என்று ஸ்ரீதமன் மொழிந்தான்.

"நாம் ஏன் அவளை நோக்கக் கூடாது? நாம்தாமே முதன்முதலாக இந்த அமைதி நிலவும் காட்சியைப் பருக வந்தோம். இந்நிகழ்ச்சியோடு எது தொடர்ந்து வந்தாலும் அதை நாம் தவிர்க்கமுடியாது. நாம் இவ்விடம் விட்டு அகலக்கூடாது. புதர்கள் சலசலக்க, நாம் அப்புறம் ஒழுகுங்கால், தான் நோக்காமல் பிறரால் தான் நோக்கப்பட்டு விட்டேனே என்று அவள் அறிவாளேயாகில் அது புண்படுத்தக்கூடிய செயலாகிவிடுமன்றோ. நான் என் கண்களால் இன்புற நோக்குகின்றேன். நீ அப்படிச் செய்யவில்லையா? இருக்கு வேதம் ஓதுங்கால் உன் கண்கள் சிவந்து காட்டுமே; அப்படியல்லவா உன் கண்கள் சிவந்திருக்கின்றன."

"வாயை மூடு; இது விளையாடக்கூடிய விஷயமன்று; சிந்தை தேக்கியவனாயிரு. இக்காட்சி சிரத்தைக் காட்டக் கூடிய புனிதமான காட்சியாகும். நாம் பக்தி சிரத்தையோடு தூய மனத்தோடு நோக்கினோமானால் அதற்கு மன்னிப்புண்டு" என்று ஸ்ரீதமன் இடித்துக் கூறினான்.

"ஆம் உண்மைதான்; இத்தகைய விஷயம் கண்டு விளையாடுவதற்கன்று; ஆனால் உன் விருப்பப்படி எதையுங் கூறிக்கொள்; எனக்கு இது இன்பமாய்த்தான் இருக்கிறது. இந்தத் தட்டையான புவியிலிருந்து விண்ணைநோக்க விரும்பினாய். ஆனால் அதை நோக்குவதாயிருந்தாலும் நின்றுகொண்டு நேரே அண்ணாந்துதானே ஒருவன் காணவேண்டியிருக்கிறது என்பதை நீ உணர்வாய்" என்று நந்தன் விடையிறுத்தான்.

மீண்டும் மோனத்தில் ஆழ்ந்தார்கள்; இருந்த இடத்தை விட்டுச் சற்றும் அசையாது கண்ணுற்றார்கள். பொன்வெங்கல வண்ணமான அப் பாவை இவர்கள் சற்று முன்பு செய்ததுபோலவே நீராடித் தன்னைத் தூய்மைப்படுத்திக் கொள்வதற்காக இறங்குவதற்கு முன் கைகள் குவித்து இறைவனை வழுத்தினாள். ஒரு பக்கமாக நின்றுகொண்டு அவளைச் சற்று நோக்கினார்கள். அவள் எழில் சொரியும் உடலும் காதணிகளோடு மிளிரும் அவளுடைய முகமும் காண்பதற்கரிதான அமுதமனைய இன்பத்தைப் பயக்கக் கூடியவை என்பதை அவர்கள் நயனங்கள் நழுவவிடவில்லை. திருவற்ற விகாரமான வதனத்தால் ஓர் உடலின் அழகு குறைபடக்கூடும். ஆனால் மனத்தைக் கொள்ளை கொள்ளும் அவளிடத்தில் எல்லாம் இயைந்து நின்றன. அவளுடைய முகமும் மற்றுமுள்ள அவயங்களும் அழகு போர்த்து அவளுடைய வடிவத்தின்– வனப்பைப் புலப்படுத்தின.

“ஆனால் நான் அவளை அறிவேன்” என்று விரல்களைச் சொடுக்கிக்கொண்டு சட்டென நந்தன் முணுமுணுத்தான். “இக்கணமே நான் அடையாளங் கண்டுவிட்டேன். இதுவரையில் எனக்குப் புலப்படவில்லை. செல்வியான சுமந்தரனின் சீதையா யிற்றே அவள். அண்மையிலுள்ள பைசானியர்களுடைய சிற்றூரைச் சார்ந்தவள். தன்னுடைய இல்லத்திலிருந்து இந்தப் புண்ணியத் துறைக்கு நீராட வந்திருக்கிறாள். நான் ஏன் அவளை அறியக்கூடாது. நான்தான் அவளைச் செஞ்சுடரோன்பால் தூக்கி எறிந்தேனே!”

“நீ அவளை எறிந்தாயா?” என்று தணிந்த குரலில்; ஆனால் விரைவாய் ஸ்ரீதமன் கேட்டான்.

“நான் ஏன் எறிந்திருக்கக் கூடாது. என்னுடைய புயவலிவு கொண்டு, கூடியிருக்கும் எல்லா மக்கள் முன்பு நான் அப்படிச் செய்தேன். அவளுடைய உடைதனைக் கொண்டு நான் அவளை அடையாளம் காணமுடியும். யார்தான் உடை யில்லாத ஒருவரைச் சட்டென அறிந்து கொள்ளமுடியும்? பைசான்புல் சிற்றூர்க்காரி அவள். என்னுடைய அத்தையைக் கடந்த இளவேனிற் காலத்தில் நான் பார்க்கச் சென்றிருந்தேன். செங்கதிரோனை வழுத்துதற்காக ஏற்பட்ட திருவிழாவில் நான்

அப்படி எறிந்தேன். ஆனால்..."

"இதைப்பற்றிப் பின் பேசலாம்; நான் உன்னை இறைஞ்சிக் கேட்கின்றேன்" என்று கவலை தோய்ந்த மெல்லிய குரலில் அவனைத் தடுத்தான் ஸ்ரீதமன். "அவளை அண்மையிலிருந்து நோக்குவது ஒரு பேறே ஆயினும் நாம் பேசுவதை அவள் கேட்டாளேயாகில் அது ஒரு கேட்டை விளைவித்துவிடும். இன்னும் ஒரு சொல் கூட வழங்காதே! அது அவளைத் திடுக்கிடச் செய்யும்."

"அவள் ஓடிவிட்டால், இனி பார்க்க முடியாது என்பதற்காக உரைக்கின்றாயா? அவள் அழகை முற்றும் பருகவில்லை போலும். இப்பொழுது விஷயம் விளங்குகின்றது" என்று நந்தன். சற்றுக் குறும்புநகை புரிந்தே நவின்றான். ஆனால் ஸ்ரீதமனோ, வாளா இரு, என்று குறிப்பால் கட்டளையிடும் சுருதியில் அவன் வாயைப் பொத்தினான். மீண்டும் அவர்கள் மோனத்தில் ஆழ்ந்து அவள் நீராடும் சடங்கை உற்று நோக்கினார்கள். முதலில் அவள் விசும்பை நோக்கிய வண்ணமே இறைவனை வழுத்தினாள். நிதானமாய் அக்குட்டையில் இறங்கி 'ஆசமனம்' செய்தாள். துளிநீரைக் குடித்தாள். நீரில் முழுகுவதும் அதினின்று எழுவதுமாய்ப் பொழுதைப் போக்கினாள். பிறகு உலர்ந்த கரை மீது ஏறினாள். அவள் உடல் குளிர்ந்தது; நீர் சொட்டச் சொட்ட எழில் அலர நின்றாள். புண்ணியப் புனலாடிய பிறகுங்கூட வெயிலில் ஈரம் காயப் படிகள் மீதமர்ந்தாள். தன்னந்தனியாய் இருக்கின்றோம் என்ற நம்பிக்கையால் தனக்கு இயற்கையாய் அமைந்துள்ள அழகைக் காண்பவள்போல மிகவும் இன்பத்தைத் தரக்கூடிய பல கோலங்களில் தன்னைப் பார்த்துக் கொண்டாள். சிறிது நேரங்கழித்து –அதுவும் மிகவும் மெதுவாக உடையை அணிந்துகொண்டு பலபடிகளுள்ள கோயிலுக்குள் மறைந்துவிட்டாள். "எல்லாம் முடிந்துவிட்டனவே. இப்போதாவது நாம் மௌனம் சாதிக்காமல் பேசிக்கொண்டே நகர்ந்து செல்லலாம்; நாம் அங்கே இல்லாததுபோல நடிப்பது இறுதியில் ஓர் அயர்வைத் தருகின்றது" என்று நந்தன் மொழிந்தான்.

"அயர்வைத் தருகிறது என்று உரைக்கின்றாயே; அதன் காரணம் எனக்கு விளங்கவில்லை. தன்னை மறந்து அக்காட்சியின்

முன்னிலையில் அப்படியே அமர்ந்திருப்பதைப் போல பேரின்பம் உண்டோ? மூச்சையே அடக்கிக் கொண்டிருந்திருப்பேன். பேசினால் அவளுடைய காட்சியை நான் இழந்துவிடுவேன் என்பதற்காக அன்று. தான் தனியாய் நிற்கின்றோம் என்று அவள் நம்பிக்கையைச் சிதைக்கக் கூடாதன்றோ. அதற்காகத்தான் நான் உடல் நடுங்கினேன். அந்தப் புனிதமான பொறுப்பு என்னைச் சார்ந்ததன்றோ! அவள் சீதையென்று அழைக்கப்படுகின்றாளா? அதை அறிவதில் நான் இன்புறுகின்றேன். நான் புரிந்த பிழைக்கும் ஒரு பரிகாரம் உண்டு; அவள் பெயரைச் சொல்லி அவளைக் கௌரவிப்பதால் என் மனம் சற்று அமைதி அடைகின்றது. அவளை உயரத் தூக்கி எறிந்ததால் நீ அவளை என்ன அறிந்தாய்கொல்?" என்று ஸ்ரீதமன் இயம்பினான்.

"நான் கூறினதுபோல, கழிந்த இளவேனிற் காலத்தில் அவள் ஞாயிற்றுக் கன்னியாகத் தேர்ந்து எடுக்கப்பட்டாள். செங்கதிர்க் கடவுள் உவக்கும்படி அவளை உயர எறிந்தேன். அவள் இடும் ஓலங்கள் செவிகளில் படாதபடி அவ்வளவு உயரம் சென்றாள். அல்லது அவள் எழுப்பிய ஓலங்கள்தாம் திரண்டிருந்த கூட்டத்தில் கூச்சலில் மாய்ந்து விட்டனவோ யாதோ அறியோன்"என்று உறுதி பயக்கும் முறையில் நந்தன் பகர்ந்தான். "நீ எப்பொழுதுமே ஓர் அதிஷ்டக்காரன்தான் – நீ ஓர் அதிஷ்டக்காரன்தான். உன்னுடைய புயவலிவின் காரணத்தால் அவளைத் தூக்கி எறிவதற்காக உன்னைத் தேர்ந்தெடுத்திருக்க வேண்டும். அவள் எப்படி நீல விண்ணில் கிளம்பிப் பறந்தாள் என்பதை நான் உணர முடிகின்றது. அவள் பறந்ததை நான் கற்பனை பண்ணுகின்ற ஓவியமும், வணங்கிப் பிரார்த்தனையில் ஒரு கற்சிலைபோல் நிற்கும் அவளுடைய நேர்க்காட்சியும் ஒன்றாய்க் கலக்கின்றன" என்று ஸ்ரீதமன் உரைத்தான்.

"எப்படி இருந்தால் என்ன? அவள் இறைவனை வழிபட்டுத் தவம் செய்ய வேண்டியதற்குரிய காரணமிருக்கிறது. அவளுடைய கெட்ட நடத்தைக்காக அன்று; ஏனெனில் அவள் நல்ல நங்கை. அவள் புரிகின்ற குற்றம் அவளுடைய வனப்புமிக்க பார்வைகளே. உண்மையைக் கூறுமிடத்து அவற்றிற்கு அவள்தன் என்ன செய்யக்கூடும்? அவற்றைத் தடுக்கமுடியுமா? எனினும் என்ன இருந்தாலும் ஒருவிதமாக வரையறுத்துக் கொள்ளப்

புகுந்தால் அவற்றிற்கும் பொறுப்பு அவளே. அதைப்போன்ற ஓர் உருவம் நம்மைக் கவரத்தான் செய்கிறது – ஈர்க்கின்றது; நம்மை அடிமைகளாக்கி விடுகின்றது; உலக இன்பங்களிலும் உலகப் பற்றுகளிலும் நம்மைச் சிறை செய்துவிடுகின்றது; பார்ப்போனை வாழ்வாம் வலைகளில் சிக்கவைத்துவிடுகிறது. மூச்சற்றவன்போல் அவன் அப்படியே அறிவை இழந்து மெய்ம்மறந்து போய் விடுகின்றான். இது அவளுடைய நோக்கமல்லாமலிருக்கலாம். ஆனால் அவளால்தான் இந்த விளைவு ஏற்படுகின்றது. ஆனால் அவள் தன் கண்களைத் தாமரைபோல் விரியச் செய்வதே அவள் ஒரு நோக்கமுடையவள் என்று தோன்றுகின்றது. இந்த வனப்புமிக்க உருவம் அவளுக்கு அளிக்கப்பட்டதன்றோ? அவள் வேண்டுமென்றே அமைத்துக் கொள்ளவில்லையே. அக்காரணம் பற்றிக் கழிவிரங்கல் புரியவேண்டிய அவசியமில்லை. சில நிகழ்ச்சிகளில் உருவம் அளிக்கப்படுவதற்கும் உருவத்தை ஏற்றுக்கொள்வதற்கும் யாதொரு மாறுபாடும் இருக்கிறதில்லை. ஆண்டவனிடம் மன்னிப்பு கேட்பது கூட ஒருக்கால் தான் மனமறிய இந்த உருவத்தை ஏற்றுக் கொண்டதற்காக இருக்கலாம் என்று அவள் அறிகின்றாளா? இந்த உருவத்தை அவள் பெற்றது பிறரால் ஒன்று நல்கப்பட்டது போன்றதன்று; தானே அதை அமைத்துக் கொண்டதுதான். எத்தனை முறைகள் இப்படி நீராடினாலும் அந்த மாசை அகற்றுவதென்பது இயலாத காரியம். அவள் ஏற்றுக்கொண்டால் என்ன, அவளுக்கு அளிக்கப்பட்டால் என்ன. நம்முடைய உள்ளத்தை ஈர்க்கின்ற விஷயத்தில் எல்லாம் ஒன்றே" என்று நந்தன் நவின்றான்.

"இப்படி அநாகரிகமாக அந்த இளம் தூய நங்கையைப்பற்றிப் பேசக்கூடக் கூடாது" என்று உணர்ச்சி ததும்பும் முறையில் ஸ்ரீதமன் அவனுக்கு இடித்துக் கூறினான். "புலன் கடந்த சாத்திர ஆராய்ச்சித் துறையில் துணிந்து இறங்கிவிட்டாய். ஆனால் நான் ஒன்று உரைக்கின்றேன் கேள். நீ ஓர் ஆயன்போல் நாகரிகமற்ற முறையில் உன் கருத்தைப் புலப்படுத்திவிட்டாய். நீ அடைந்த அறிவை நீ பயன்படுத்துகிற வண்ணத்தைப் பார்த்தால் அந்தத் தெய்விகத் தோற்றத்தைக் காண நீ தக்கவனில்லை என்பதை அது தெளிவாக உணர்த்துகின்றது. எல்லாமே நாம் பார்க்கின்ற இயல்பைப் பொறுத்ததாய் இருக்கின்றன என்பதை உணர்வாய்!"

இப்படி இடித்து அறிவுரை வழங்கியதை நந்தன் ஏற்றுக்கொண்டான். "அண்ணே! எந்த இயல்போடு நீ நோக்கினாய்? நான் எப்படிச் செய்திருக்க வேண்டும்?" என்று நந்தன் ஸ்ரீதமனை இறைஞ்சிக் கேட்டான்.

"செவிசாய்ப்பாயாக. எல்லோருக்குமே இரண்டு வகையான இருப்பு உண்டு; ஒன்று தமக்கென ஏற்பட்ட ஒன்று, மற்றொன்று மற்றவர்களுடைய கண்களுக்காக ஏற்பட்ட ஒன்றாகும். பார்ப்போர்களும் பார்க்கப்படுகின்ற பொருளும் உண்டு. அறிகின்ற ஆன்மாவும், காணப்படுகின்ற உருவந்தான் காட்சி அளிக்கின்றன. ஆன்மாவைக் கவனிக்காமல் ஒன்றால் பாதிக்கும்படி ஒருவன் தன்னை வைத்துக்கொண்டானேயாகில் அது ஒரு தீச்செயலாகும். நோய்வாய்ப்பட்ட ஓர் இழிவான பிச்சைக்காரனைக் கண்டால் நமக்கு ஓர் அருவருப்பு ஏற்படும்; அதை நாம் வெல்லவேண்டும். நம்முடைய கண்களையும் ஐம்புலன்களையும் பாதிக்கின்ற ஒரு நிலையோடு நின்றுவிடக்கூடாது. நம்மைப் பாதிப்பது ஒரு பதிவேயாகும், மெய்ப்பொருளன்று. இந்தப் பதிவைக் கடந்து ஒரு மெய்ஞ் ஞானத்தைப் பெற்றால் அந்த அறிவோடு எல்லாக் காட்சிப் பொருளும் உறவு கொண்டாடும் உரிமையை நோக்குவோம். அது வெறுந்தோற்றம் மட்டுமன்று; இந்தத் தோற்றத்திற்குப் பின்னால் சுடர்விட்டுத் திகழும் அந்த ஒன்றை, அந்த ஆன்மாவைக் கண்டுபிடிக்க வேண்டும். துயரைக் கண்ணுறுவதால் எழும் அருவறுப்பொடு நின்றுவிடக்கூடாது. வனப்புமிக்க ஒன்றின் உருவம் தூண்டுகின்ற விருப்பத்தில் திளைக்கவும் கூடாது. இது ஓர் உருவம் மட்டுமன்று. ஆனால் நம் ஐம்புலன்கள் அதை ஓர் உருவமாகவே கருத நம்மைத் தூண்டும். வனப்பு வாய்ந்தவை அகச்சான்றோடு ஒரு போராட்டத்தைக் கிளப்புகிறதில்லை; அவற்றில் புகுதற்குரிய இயல்பையும் அவை எதிர்பார்க்கிறதில்லை, நாமே அவற்றில் திளைக்கின்றோம். ஆனால் ஒரு பிச்சைக்காரனின் துயர் வடிவம் ஓர் அருவறுப்பைச் சட்டென இயல்பாகவே கிளப்புகின்றது. அழகின் இயல்பை ஆராயாமல் கண்ணிற்கு விருந்தாய் அழகுள்ள பொருளை உண்பதும் குற்றமே. நாம் அழகொன்றைப் பார்க்கின்றோம்; நம்மை அது காணவில்லை. இந்நிலையில் நமக்கு இன்னும் மிகுதியான பொறுப்பு வேண்டுமன்றோ? நாம் உற்றுநோக்கிய

பெண்ணின் பெயரை நீ குறிப்பிட்டதை நான் அடைந்த ஒரு பேறு என்று நான் உனக்கு உரைக்கின்றேன். சுமந்தரனின் செல்வியான சீதை அன்றோ அவள்? அவளுடைய உருவத்தோடு நிற்காமல் அதற்கு மேல் ஒன்றை அப்பெயர் எனக்கு நல்கிற்று. ஏனெனில் பெயரும்கூட ஆன்மாவின் முக்கிய இயல்பின் ஓர் அமிசந்தான். அவள் ஒரு நல்ல நங்கையென்று கேட்டதில் இன்னும் ஒரு மிகுதியான இன்பத்தை நான் உணர்கிறேன். இப்படி அவள் நல்லவளாயிருப்பது அவளுடைய உருவத்திற்குப்பின் ஒளிர்கின்ற அவள் ஆன்மாவை அறிவதற்கு உற்ற கருவியாய் இலங்குகின்றது. தன்னுடைய நயனங்களைத் தாமரை வடிவாக விரியச் செய்வது, நீ குறிப்பிடுவதுபோல அவற்றிற்கு மை தீட்டுவது – இவை யாவும் நாட்டுப் பழக்கங்களே; ஒழுக்க இயலுக்கும் இவற்றிற்கும் யாதொரு தொடர்புமில்லை. அவள் கள்ளம் கபடமில்லாமல் இவற்றைப் புரிகின்றாள். அவளுடைய ஒழுக்க நெறிகள்கூடச் சம்பிரதாயத்தைப் பொறுத்தவையல்லவா. வடிவத்தைக் கவினுறச் செய்வதில் அழகுக் கலைக்கும் ஒரு பொறுப்பு இருக்கத்தானே செய்யும். இப்படி அவள் தன் பொறுப்பை நிறைவேற்றுவது, தன்னுடைய ஆன்மாவின் அழகைக் காண்பதற்குரிய ஆர்வத்தைத் தூண்டுகின்றதுபோலும். அவள் நல்ல தந்தையைப் பெற்றிருக்கிறாள் என்றும், அவள் தாய் எல்லாவற்றிலும் விழிப்புள்ளவளென்றும், அவள் இறை வழிபாட்டில் சிரத்தையுடன் வளர்க்கப்பட்டவளென்றும் நான் கற்பனை செய்துகொள்ள விரும்புகின்றேன். மேலும் வீட்டின் செல்வியான அவளுடைய வாழ்க்கையையும் அவளுடைய அலுவல்களையும் நான் என் கற்பனைக் கண்கள் கொண்டு நோக்கமுடியும். அவள் இயந்திரம் கொண்டு மா அரைப்பது, அடுப்பில் அவள் ஒன்றைக் கூழாக்குவது, அவள் ஆட்டு உரோமத்தை நுண்ணிய நூலாய்த் திரிப்பது இவையாவும் என் நயன வட்டத்தில் மிதந்து வருகின்றன. அவள் வெறும் நிழலைக் கண்டு புரிந்த குற்றமுள்ள என் இதயம் அந்த நிழல் ஒரு வடிவெடுக்கவேண்டுமென்று மிகவும் விழைகின்றது.”

“இந்நிலையை நான் உணரக்கூடும்” என்று இதற்கு விடையாக நந்தன் நவின்றான். “இத்தகைய விருப்பம் எனக்குத் தீவிரமாயிருக்க இயலாது என்பதை நீ நினைவில் இருத்திக்கொள்ள வேண்டும். அவள் எனக்கு உருவம் மட்டுமன்று. ஏனெனில்

அவளைத் தொட்டு விண்ணில் ஞாயிற்றின்பால் நான் முன்பு எறிந்திருக்கிறேனன்றோ."

"நீ எல்லை கடந்து போய்விட்டாய். மிகுதியான தொடர்பு உனக்கு ஏற்பட்டுவிட்டது" என்று குரல் முழுதும் நடுங்க ஸ்ரீதமன் பேசினான். "இத்தகைய தொடர்பு உறுதிப்பட்டது ஒரு நியாயத்தால் ஏற்பட்டதோ அல்லது வேறு வகையோ நான் அறியேன். ஆனால் ஒன்றுமட்டும் உனக்கு உரைப்பேன். இத்தகைய நெருங்கிய தொடர்பு உன்னுடைய புய ஆற்றலாலும் வலிவுமிக்க உன் உடலாலும் நிகழ்ந்ததே தவிர உன்னுடைய உயிர் சிந்தைகளால் ஏற்பட்டதன்று. அவளை உன் கண்களுக்கு ஒரு பொருளாகத் தோற்றும்படி செய்துவிட்டது இந்தத் தொடர்பு. இந்தத் தோற்றத்தைப்பற்றிய சிறந்த கருத்தை உணராவண்ணம் உன் கண்களை இது மழுங்கச் செய்துவிட்டது. அன்றேல் மன்னித்தற்கரிய அநாகரிக முறையில் இந்த வடிவத்தைப் பற்றி நீ புகன்றிருக்க மாட்டாய். ஒவ்வொரு பெண்ணின் வடிவிலும் அது குழவியாயிருக்கட்டும்; ஒரு கன்னியாயிருக்கட்டும்; அல்லது ஓர் அன்னையாயிருக்கட்டும் அல்லது தலைநரைத்த கிழவியா யிருக்கட்டும், எல்லாவற்றையும் வளர்க்கின்ற ஆதி பராசக்தி கரந்து நிற்கின்றாள். அவள்தான் நாம் போற்றும் சிறந்த இறைவி. அவள் உதரத்தில்தான் எல்லாம் தோன்றி அதிலேயே எல்லாம் மறைகின்றன. அவள் சின்னத்தைப் பெற்ற எந்த வடிவத்திலும் நாம் அவளைப் போற்றி அவள் புகழ் பாடுகின்றோம். இந்தச் சிறு ஆறான கோமுகியின் கரைமீது ஆதி அன்னை இந்த வடிவத்தில் நமக்குக் காட்சி அளிக்கிறாள். இந்த வடிவைக் கண்டு உள்ளம் உருக வேண்டாமா? இந்த முறையில் நான் பார்க்கிறபொழுது என்னுடைய நா நடுங்குகின்றது. அல்லது ஒருக்கால் நீ பேசின விதத்தைக்கண்டு அருவறுப்பை அடைந்ததால் என் குரல் நடுங்குகின்றதா? யாதோ அறியேன்."

"உன்னுடைய கன்னங்களும் நெற்றியும் வெந்தழல் போல் சிவந்திருக்கின்றன. உன் குரல் நடுக்குற்றாலும் சாதாரண நாளைக் காட்டிலும் இன்றைக்கு ஒரு முழு நாதம் அதில் கேட்கின்றது. நானும் என்னளவில் உணர்ச்சி அலையால் நன்கு தாக்கப்பட்டிருக்கிறேன் என்று உனக்கு உறுதி கூறுவேன்" என்று நந்தன் மொழிந்தான்.

"மெய்ம்மறந்து போகும்படி மக்களைக் குழப்பஞ்செய்கிறது அவளுடைய வனப்பு வாய்ந்த வடிவு என்று அவள்மீது குற்றஞ்சாட்டின முறையும் அவளைப்பற்றி முற்றிலும் உணராத அரைகுறையாக நீ பேசினது எனக்கு விளங்கவில்லை" என்று ஸ்ரீதமன் பதில் இறுத்தான். "இப்படி நோக்குவது குற்றஞ் சாட்டும் ஒரு கோணப் பார்வையாகும். அவளுடைய உண்மையான இயல்பை அறிய முடியாத தன்மை வாய்ந்தவன் நீ என்று அது நன்கு புலப்படுத்திவிடும். அவளோ இன்பம் தரக்கூடிய வடிவத்தில் நமக்குக் காட்சியளித்திருக்கிறாள். அவள் ஒரு வடிவத்தவள் அல்லள்; அவள் எல்லாம் ஆவள். வாழ்வும் மரணமும் அவளே பைத்தியத்தைத் தூண்டுபவளும் ஞானச் சுடரையும் எழுப்புபவளும் அவளே. மயக்குகிறவளும் விடுதலை அளிக்கிறவளும் அவளே. இவற்றையெல்லாம் நீ அறியாயோ. கணக்கிலா மன்னுயிர்களை மாய மயக்கம் செய்து அறிவற்றவர்களாக அவள் ஆக்கிவிடுகின்றாள். இந்த இருள் மண்டிய குழப்பத்தினின்றும் அவளே, நம்மை உண்மை ஞானத்திற்கும் அழைத்துச் செல்லுகின்றாள். நீ ஒன்றும் அறிந்தவனல்லன். மிகப் பெரியதும் அறிவதற்கரிதாயுமான இந்த மாய மருமத்தை நீ உணர்ந்தாயில்லை. நம்மைக் குடிமயக்கம் செய்பவளேதான் நம்மை உண்மை ஒளிக்கும், சுதந்திரச் சுடர்க்கும் அழைத்துச் செல்லுகிறாள். எது நமக்குத் தளைகள் அமைக்கின்றதோ அதுவே நமக்கு விடுதலைப் பாதையும் நிறுவுகின்றது. இந்த உயர்ந்த நிலைதான் ஐம்புல வனப்பையும் ஆன்மாவின் அழகையும் இணைத்து வைத்திருக்கிறது."

நந்தனின் கரிய நயனங்கள் கண்ணீரால் மிளிர்ந்தன. அவன் விரைவில் உணர்ச்சிவயப்பட்டுவிடுவான். புலன் கடந்த ஆன்மிக ஆராய்ச்சியைச் சுட்டும் எந்த மொழியையும் அவன் கண்ணீர் வடிக்காமல் கேட்க இயலாது. அதுவும் இந்தக் கணத்தில் அவன் உணர்ச்சிப் புயலில் சிக்கியதில் வியப்பில்லை. ஸ்ரீதமனின் மெல்லிய குரல் ஆழ்ந்து முழங்கவே, அது நந்தனின் இதயத்தை நன்கு தொட்டுவிட்டது. தன் ஆட்டு மூக்கு வழியாக ஒரு பெருமூச்செறிந்து பின்வருமாறு மொழிந்தான்;

"அண்ணே, எப்படி இன்று நீ தெய்வ உணர்ச்சியோடு பேசுகின்றாய்? என் இதயத்தைக் கொள்ளை கொண்டுவிட்டதே அது. நீ இதைப்பற்றிப் பேசாமலிருத்தல் நலம் என்று என்

உள்ளம் ஏங்குகின்றது. அத்தனை உணர்ச்சி வெள்ளம் என்னிடத்தில் பொங்குகின்றது. எனினும் ஆன்மாவைப்பற்றியும் தளைகளைப் பற்றியும் எல்லாவற்றையும் தழுவிநிற்கும் பரம்பொருளைப்பற்றியும் நீ பேசுமாறு நான் உன்னை வேண்டிக்கொள்ளுகிறேன்."

"அவள் நம்மைப் பித்துறச் செய்வது மட்டுமல்லாமல், ஞான நல்முத்தையும் அளிக்கின்றாள் என்பதை நீ உணர்கின்றாய் அன்றோ?" என்று ஓர் உயர்ந்த சுருதியில் உரைக்கலுற்றான் ஸ்ரீதமன். "நான் கூறுவது உன்னை ஆட்டி வைக்குமானால், இது யாவும் பெருகி வரும் சொல்லாட்சி புரியும் நாமகள் செயலென்று உணர்வாய். சொல்லின் ஆற்றலும் பிரமனின் ஞான ஒளியும் அவளிடத்தில் திகழ்கின்றன. இரண்டு முறைகளிலே நாம் அவளுடைய சிறப்பைக் கண்டு கொள்ளுகிறோம். அவள் கடுஞ் சீற்றம் கொட்டும் அச்சத்தை விளைவிக்கும் கரிய மேனியள். கலங்களிலிருந்து பொங்கி வரும் மன்னுயிர் குருதியைப் பருகுகிறவள். ஆனால் அதே சமயத்தில் வெண்ணிறம் வாய்ந்தவளாயும் வனப்புள்ளவளாயுமிருக்கிறாள். எல்லா மன்னுயிர்க்கும் மூலமாகவும் மிளிர்கிறாள். எல்லா வடிவங்கள் அமைந்த உயிர்களைப் பாலூட்டி வளர்க்கின்றாள். திருமாலின் உயர்ந்த மாய உருவந்தான் அவள். அவள் அப்பரமனைத் தழுவி நிற்கின்றாள். அவனிடத்தில் அவள் கனவு கண்டு கண்வளர்கின்றாள். நாம் அம்மெய்ப்பொருளில் கனவு கண்டே அருந்துயில் கொள்ளுகின்றோம். இடையறாது ஓடுகின்ற அழிவற்ற கங்கையில் பல நீர்கள் பாய்கின்றன; ஆனால் அவளோ கடலில் கலக்கின்றாள். உலகத்தையே தழுவும் யோகத்துயில் கொண்டிருக்கும் திருமாலோடு இரண்டறக் கலக்கின்றோம். அந்தத் தெய்வ நிலையும் அன்னையாம் பராசக்திக் கடலில் கரைந்துவிடுகிறது. நம்முடைய வாழ்வாம் கனவு அருவி பாயும் புனிதமான புனலாடும் துறைக்கு இதோ வந்தோம். நம்முன் உலக அன்னையாயும் உலகத்தையே அழிக்கக்கூடியவளுமான ஆதி சக்தி காட்சி அளித்தாள். அவளுடைய இன்பமிக்க வடிவத்தில்தான் திளைத்தோம், கண்டு வியந்தோம்; நம்மை அக்காட்சி மாபெரும் ஓர் உயர் நிலைக்கு ஈர்த்துச் சென்றது. மணமகன் தன் மனைவியுடன் தீவலம் வரும்படி அழைக்கப்படும் போது நிகழக்கூடிய ஒரு நிலையை என்னென்று நவில்வது.

இதைப்போன்ற சின்னமும் இதைப்போன்ற சிறப்பு வாய்ந்த தெய்விக வேளையும் திகழக்கூடுமோ! அலங்கலால் இரு கைகளும் பிணைக்கப்படுகின்றன.மணமகன் பின்வரும் புனிதச் சொற்களை வழங்குகின்றான்; அவளை நான் ஏற்றேன்.' அவளை அவளுடைய பெற்றோர்களின் கைகளினின்றும் தான் அடைந்தபொழுது இந்த வேந்தர்க்குரிய கம்பீரமான மொழியை உரைக்கின்றான். 'அவன்தான் நான், இதுதான் நீ: நான்தான் அந்த விரிந்த விண், நீதான் இந்தப் பரந்த பார்;பாட்டின் இசை நான், நீயோ அப்பாட்டைப் புலப்படுத்தும் சொல் – நாம் இருவரும் இல்லற யாத்திரையை நடத்துகின்றோம்.' இரண்டு பேர்களின் சேர்க்கையைக் கொண்டாடுமிடத்து அவர்கள் மனித நாட்டு அவனும், அவளும், ஆண் பெண் என்ற தோற்றமே மறைந்துவிடுகின்றது. அவன் சிவபிரானாயும் அவள் பேரச்சத்தை விளைவிக்கும் வானளாவி நிற்கும் உமையாயும் துர்க்கையாயும் திகழ்கின்றார்கள். அவர்களுடைய சொற்கள் திசை தெரியாமல் திரிகின்றன. கட்குடி மயக்கத்தில் மனத்தின் அடித்தளங்களிலிருந்து வெளிக் கிளம்பும் தழதழத்த சொற்கள் போல அவை நவில்கின்றன. அவர்கள் தழுவுவதால் பிறக்கும் அமர இன்பம் செறிந்திருக்கும் அந்த உயர் வாழ்வில் இந்தச் சொற்கள் இறந்துவிடுகின்றன. அத்தகைய புனிதமான நேரம் அது. நமக்குப் பழுத்த ஞானத்தை அளிக்கின்றது. பராசக்தியின் கர்ப்பத்தில் அகந்தையின் மாய மயக்குகளிலிருந்து நமக்கு விடுதலை கிடைக்கின்றது. பேரானந்தத்தில் ஐம்புலன்களும் ஆன்மாவும் கலப்பதேபோல் வாழ்வும் மரணமும் அன்பில் கரைந்துவிடுகின்றன."

புலன் வரம்பு கடந்த இந்தச் சொற்களால் நந்தன் முற்றிலும் பரவசமடைந்துவிட்டான். "எனக்கு ஒன்றுந் தெரியவில்லை" என்று தலையை அசைத்தான் நந்தன்: கண்களில் நீர் மல்க – "நாமகள் உன்மீது தன் அருளைப் பொழிந்திருக்கிறாள். பழுத்த பிரம்ம ஞானத்தையும் நல்கியிருக்கிறாள்; உன் உரையைக் கேட்கும் பொறையைப் பெற்றிலேன். இருந்தாலும் நீ உரைத்துக்கொண்டே போகவேண்டுமென்ற விருப்பம் என்னை விட்டபாடில்லை. சென்னியிலிருந்து பெருகி வருகிறதில் ஐந்தில் ஒரு பாகத்தைக் கேட்டு நான் இசைப்பேனாகில், என்னுடைய அவயங்கள் யாவற்றையும் செலுத்துவேன். என் மூத்தோனே, என்

அண்ணே! நீ எனக்கு மிகவுந்தேவை! நீ இல்லாது போகுமானால், என்னால் ஒன்றும் செய்வதற்கில்லை. என்னிடத்தில் திகழாதது உன்னிடத்தில மிளிர்கின்றது. நீ என்னுடைய நெருங்கிய நண்பன்; அதனால் உன்னிடத்தில் இலங்குவது என்னுடையதன்றோ? உன்னுடைய நண்பனான படியால், உன்னிடத்திலுள்ள ஓர் அமிசம் என்னிடத்தில் உறைகின்றது. நானும் ஓரளவில் ஸ்ரீதமன்தான். நீ இல்லாமற்போனால், நான் வெறும் நந்தன்தான். அது போதுமோ? என் உள்ளத்தை உனக்கு நான் திறந்து காட்டுகின்றேன். உன்னைவிட்டுப் பிரிய என்னால் இயலாது. பிரிந்தால் ஒரு சிதையை அடுக்கி அத்தீயில் நான் விழுந்து உயிரை மாய்த்துக்கொண்டு விடுவேன். இதைப்பற்றி மிகுதியாய் நான் இனி இயம்ப வேண்டியதில்லை. இந்த இடத்தை நாம் அகலுமுன் இதை எடுத்துக்கொள்வாயாக."

காப்புகள் திகழும் தன் கரிய கைகள் கொண்டு மூட்டையை ஆய்ந்து ஒரு வெற்றிலைக் கத்தையை எடுத்தான். உண்டிக்குப் பிறகு வெற்றிலையை அருந்தினால், அது வாய்க்கு ஒரு நறுமணத்தை அளிக்குமன்றோ! வெற்றிலை பாக்கை – தாம்பூலத்தை சற்றுத் தன் முகத்தை, கண்ணீரால் நனைந்த தன் முகத்தைச் சாய்த்துக்கொண்டு ஸ்ரீதமனுக்கு நந்தன் அளித்தான். அவர்களுடைய நட்பினையும் ஒப்பந்தத்தையும் உறுதியாக்கும் சின்னமாயும் முத்திரையாயும் அது இலங்கிற்று.

4

இவ்வண்ணம் அவர்கள் ஏகினார்கள்; அவரவர்களின் தனிப்பட்ட அலுவல்கள் சிறிது காலம் அவர்களை மாறுபட்ட பாதைகளில் ஈர்த்துச் சென்றன. கப்பற் பாய் மரங்கள் மண்டித் திகழும் யமுனை ஆற்றங்கரையை நண்ணினார்கள். தொடுவானத்தில் குருக்ஷேத்திர நகரின் வடிவக்கோடு காட்சியளித்தது. ஸ்ரீதமன் மாட்டு வண்டிகள் செறிந்து கிடக்கும் பெரும் பாதையைப் பின்பற்றி நகரத்தின் குறுகிய தெருக்களில் நுழைந்தான். அரிசி குத்தும் கருவியும், தீயை எழுப்பும் கருவியும் யாரிடம் கிடைக்குமோ அம்மனிதனை நாடிச் சென்றான். எளிய மக்களின் மட்குடிசைக் கழைத்துச் செல்லும் ஒரு குறுகிய சந்திற்குள் நந்தன் தன்னுடைய தந்தையின் உலைக்குத் தேவையான பாகுபடாத இரும்புத் துண்டுகளைப் பெறுவதற்காக அங்குச் சென்றான். ஒருவருக்கொருவர் ஆசி கூறியே பிரிந்தார்கள். மூன்றாம் நாள், குறிப்பிட்ட இடத்தில் குறிப்பிட்ட நேரத்தில் கூடுவதாய் வாக்களித்தே சென்றார்கள். தாங்கள் வந்த அலுவல்கள் முடிந்ததும் வந்தது போலவே சேர்ந்து ஊர் திரும்பலாமன்றோ!

ஞாயிறு மும்முறை எழுந்தாய்விட்டது. இரும்புத் துண்டுகளைச் சுமந்து செல்வதற்காக அந்த எளிய மக்களிடமிருந்து தான் பெற்ற சாம்பற் பூத்த கழுதைமீது, விட்டுப் பிரிந்தும் கூடுவதற்காகவும் தீர்மானம் பண்ணப்பட்ட அந்த இடத்திற்கு நந்தன் வந்து சேர்ந்தான். அங்கு ஸ்ரீதமனுக்காகக் காக்க நேர்ந்தது. ஸ்ரீதமன் வந்து சேர நேரமாயிற்று. தன்னுடைய சாமான் மூட்டையோடு அந்தப் பெரும் பாதை வாயிலாக இறுதியில் ஸ்ரீதமன் வந்துசேர்ந்தான். மெல்ல மெல்லத் தள்ளாடிக் கால்களை இழுத்து இழுத்துக் கொண்டே ஊர்ந்து வரும் நிலையில் அவன் தோன்றினான். விசிறிபோல விளங்கும் அவன் தாடியின்

மூலம் கன்னங்கள் குழிந்து போனது நன்கு புலனாயிற்று. கண்கள் இருளடைந்துவிட்டன. நண்பனைக் கண்டதும் உவகை கொள்ளவில்லை. நண்பனுடைய சுமையைத் தன் கழுதைமீது வைக்க நந்தன் விரைந்தாலும் ஸ்ரீதமனுடைய நிலை மாறவில்லை. முன்போலவே உடல் சோர்ந்தபடியே, உள்ளம் உற்சாகம் குன்றியபடியே நந்தன் பக்கலில் நடந்தான். 'ஆமாம்', 'இல்லை' என்ற சொற்கள் தவிர வேறொன்றும் எழவில்லை. எந்த இடத்தில் 'ஆமாம்' என்று இயம்ப வேண்டுமோ அந்த இடத்தில் 'இல்லை' என்று மொழிந்தான். இளைப்பாற வேண்டாமா; உண்டி அருந்த வேண்டாமா என்ற வினாவிற்கு 'ஆமாம்' என்று கூறியிருக்க வேண்டும். ஆனால் இளைப்பாறவும் இயலாது என்று சாற்றிவிட்டான். இவை யாவும் நோயின் அறிகுறிகளேயாகும். இரண்டாம் நாள் விசும்பில் பூத்த விண்மீன்களின் ஒளி கொண்டு நடந்து போகுங்கால் கவலையுற்ற நந்தன், ஸ்ரீதமனை இரண்டொரு சொற்களைப் பகரும்படிச் செய்தான். தான் நோய்வாய்ப்பட்டதோடு மட்டுமின்றி தன் நோய்க்கு மருந்தில்லை என்றும் அது தன்னை மரணத்தின்பால் உய்த்துவிடுமென்றும் தொண்டை அடைக்கச் செப்பினான். தான் உயிர் துறக்கத்தான் வேண்டும், உயிர் மாய்ந்துவிடும் என்றும் உரைத்தான். மரிக்கத்தான் வேண்டும். மரித்துவிடுவேன் என்ற இரண்டு நிலைகளும் பின்னிப் பிரிக்க முடியாதபடி தன்னை அடித்துச் செல்லும் ஒரு தவிர்க்க முடியாத ஆர்வம் பற்றியதென்றும் கழறினான். "நீ எனக்கு ஒரு திண்மையான உயிர் நண்பனாய்இருப்பாயாகில், அன்புமிக்க நண்பனுக்கு இறுதிப் பணி ஒன்று நீ ஆற்றவேண்டும். என் ஈமச் சடங்கிற்காக ஒரு சிதையை அடுக்குவாய். நான் தீக்குளிக்க ஆயத்தமாயுள்ளேன். மருந்தற்ற என் சிந்தை நோய் என்னை அரித்துத் தின்னுகின்றது. அந்நோயால் எழும் சொற்கடந்த பெரும் வேதனைகளை நோக்குமிடத்து என்னை விழுங்கக் காத்திருக்கும் கொழுந் தீயும் புண்ணை ஆற்றும் எண்ணெய் போலும், நோய்களை அகற்றும் புனிதமான ஆற்றில் குடைந்து நீராடுவதைப் போலும் இருக்கும்" என்று அதே கட்டுக்கடங்காத குழப்பம் மிகுந்த குரலில் ஸ்ரீதமன் விம்மலுற்றான்.

இச்சொற்களைச் செவிமடுத்ததும் 'மாபெருந் தெய்வங்காள்! என் நண்பனுக்கு யாதாகுமோ உரையீர்' என்று நந்தன் சிந்தையில்

ஆழ்ந்தான். நந்தன் ஆட்டு மூக்குடையவன்தான்; உடலமைப்புந் தனிப்பட்டதுதான். இரும்பு விற்றோர்களின் இனத்தாருக்கும் அந்தணர் குலத்தில் பிறந்த ஸ்ரீதமனுக்கும் இடையே உள்ள தானத்தில் அவன் நின்றான். உயர்ந்த சாதியில் பிறந்த தன்னுடைய நண்பனின் சிந்தை நோய் கண்டு தன் அறிவை இழக்கவில்லை. அவனால் இந்த நெருக்கடியான நிலையைச் சமாளிக்க முடிந்தது. அறிவை இழக்காதவர்களுடைய வாய்ப்பு – இன்னல்களைப் பொறுக்கும் வாய்ப்பு அவனுக்கு இருந்தது. அதைப் பயன்படுத்திக்கொண்டான். தன்னை நடுக்கமுறச் செய்யும் சோர்வை அடக்கிக்கொண்டு தன் நண்பனுக்குப் பணி செய்வதில் உண்மையான இயல்பைக் காட்டி அறிவோடு இயைந்த திறனுடன் பேசலுற்றான்.

"நீ கூறுகிறபடி உன்னுடைய நோய்க்கு மருந்தில்லை என்பது உண்மையானால் – அதை நான் அயிர்க்கவில்லை. நீ சொல்லுகிறதை நான் நிறைவேற்றுவேன் என்பது திண்ணம். உனக்குரிய சிதையை அமைப்பேன் – சற்று விரிவாகவே அமைப்பேன். அதற்குத் தீ மூட்டிய பிறகு, நானும் உன் பக்கலில் படுக்கலாமன்றோ! நான் உன்னை விட்டுப் பிரியேன். அந்தக் கொழுஞ் சுவாலையில் நானும் புகுந்து விடுவேன். அது எப்படி உன்னைப் பாதிக்குமோ, அவ்வண்ணமே அது என்னையும் பாதிக்கும் என்ற காரணத்தால். அது என்ன விஷயம்? அது எந்த வகையான நோய்? என்பதைக் கூறுவாயாக. அது தீராத நோய்தானா என்பது எனக்கு உறுதிப்பட வேண்டும். அப்பொழுது நாமிருவரும் ஒரு பிடி சாம்பராய்ப் போய்விடக்கூடும். நான் நவிலுவது தக்கதாயும் நியாயமாயிருக்கு மென்பதை நீ ஒப்புக்கொள்ள வேண்டும். சிற்றறிவுகொண்ட நானே இதை உணர்கின்றேனே – என்னைவிட மிக்க அறிவுபடைத்த நீ ஒப்புக்கொள்ளாமலிக்க முடியுமோ? நான் என்னை உன்நிலையில் வைத்துக்கொண்டு, உன் சென்னியை என் தோள்களின் மீது விளங்குவதாய்க் கருதுங்கால் நான் இவ்வண்ணம் சிந்திக்காமலிருக்க இயலாது. நீ மருந்து காணாத நோய்க்குக் காரணம் அறியவேண்டும். அதை மெய்ப்பிக்கவும் வேண்டும். பெரும் விளைவைப் பிறப்பிக்கும் எண்ணங்களை நிறைவேற்றுவதற்கு முன் இவற்றை நாம் ஆயவேண்டுமன்றோ."

ஒட்டி உலர்ந்த கன்னங்களையுடைய ஸ்ரீதமன் நீண்ட நேரம் வாளா இருந்தான். "தீராத சிந்தை நோய்க்கு என் உயிரையே குடிக்கும் சிந்தை நோய்க்குச் சான்றும் தேவையில்லை, விளக்கமும் தேவையில்லை" என்று ஸ்ரீதமன் இயம்பினான். மிகவுந்தூண்டினதின் பேரில் நந்தனின் வேண்டுகோளுக்கு இணங்கினான். தன்னுடைய நண்பனைத் தன் கண்கள் நோக்கா வண்ணம் அவற்றை ஒரு கையால் மறைத்துக்கொண்டு பின்வருமாறு தன் மனத்தை அவனுக்குத் திறந்து காட்டினான் – நீ பரிதியால் எறிந்த பெண்ணை – ஆடையில்லாமற் போனாலும் நற்குணம் வாய்ந்த அப்பெண்ணை – சுமந்தரனின் செல்வியை, பராசக்தியின் புண்ணியத் துறையில் நீராடி நின்ற அச்சீதையைக் கண்ட அக்கணம் முதற்கொண்டே அவளுடைய ஆடை யின்மையும் அவளுடைய நற்குணமும் என்னுடைய இதயத்தில் ஒரு காம நோயின் விதையை ஊன்றிவிட்டன. அது வளர்ந்து சிறிய நரம்பு அசைவில் என் அங்கங்களெல்லாம் ஊடுருவிப் பாய்ந்துவிட்டது. என்னுடைய மனத்தின் ஆற்றல்களையெல்லாம் சுட்டெரித்துவிடக் காண்கின்றேன். என்னுடைய பசியையும் உறக்கத்தையும் சூறையாடிவிட்டது. மெல்ல மெல்ல, ஆனால் திண்ணமாய் அது என்னை என் அழிவுக்கு ஈர்த்துச் செல்லும்" என்று உரைத்தான். "அந்தக் காதல் நோய் தரும் வெம் இடும்பைக்கு மருந்து என்னுடைய விருப்பங்கள் நிறைவேறுவதே. அத்தகைய நிறைவேறுதல் அவளுடைய வனப்பும் அவளுடைய நற்குணமாம் அடிப்படையில் தங்கி நிற்கின்றது. அந்த மருந்தைச் சிந்திப்பதற்கோ, கற்பனை செய்வதற்கோ இயலாது. அது வரம்பு கடந்தது; உலக மாந்தர்களின் எல்லைக்கப்பாலுள்ளது. ஒரு தெய்வம் கனவு காண்கின்ற இன்பத்தை நண்ண விரும்பும் ஒரு மண்மகனுக்கு அரித்துத் தின்னும் சிந்தை நோய் வருமானால் அதைத் துடைக்க இயலுமோ? அவன் மரிப்பது தெளிவன்றோ. அந்தச் சீதையை – அந்தக் கௌதாரிக் கண்ணாளை – பொன்னிற மேனியளை – தெய்வ மருங்குலாளை நான் அடையப்பெறாது போவேனாயின் என் உளம்சாம்பி, என் ஆவி தன்னளவிலேயே கரைந்து மறைந்து போய்விடும். ஆதலால் சிதையை அடுக்குவாயாக, மண்ணுக்கும் விண்ணுக்குமுள்ள போராட்டத்திலிருந்து விடுதலை அந்தத் தீயில்தான் இருக்கிறது. கிளரொளிப்பான்மை, மகிழ்ச்சியுறும்

இயல்பு, கன்று வடிவங்கொண்ட தாயத்து – இவற்றை உடைய நீ என்னோடு போட்டிக்கு வருவதை நினைக்கும்போது என் நெஞ்சு புண்படுகின்றது. ஆனால் உன்னிடத்தில் ஒரு நியாயம் இல்லாமல் இல்லை. அவளை நீ ஞாயிற்றின்பால் எறிந்ததை நான் உன்னுங்கால் என் காமக் கனல் இன்னும் கொழுந்துவிட்டெரிகின்றது. இந்தப் பேறு எய்துபவனை உலகில் விட்டுவைக்க என் மனம் இடந்தராது. அவன்மீது பகையையும் வளர்ப்பேன்” என்று ஸ்ரீதமன் முடித்தான்.

ஸ்ரீதமன் தன் உள்ளக்கிடக்கையை அறிவித்த அக்கணமே அவன் மிகவும் வியப்புறும் வண்ணம் நந்தனின் நகை வெடித்தெழுந்து விட்டது. கணகணவென சிரித்தான். அங்கும் இங்கும் குதித்து நடனமாடினான். சிரிப்பு ஓய்ந்தபாடில்லை. அடிக்கடி தன் நண்பனைத் தழுவிக்கொண்டே நகைத்தான்.

“காதல் நோய்! காதல் நோய்!” என்று உரத்துக் கூவினான். “இதற்குத்தானா இவ்வளவும்? இதுதானா உயிர்மாய்க்கும் நோய். எவ்வளவு கூத்து! எவ்வளவு வேடிக்கை!

“ஆற்றல்மிக்க அறிஞனே இது கேள்
தருக்க ஒளிதனைத் தாங்கிய நீயே
எத்துணை நயம்பட இயம்பினாய் அறந்தனை
மாய்ந்ததே அந்தோ! உந்தன் நுண்மதி
பழுத்த ஞானமும் பயனிலை கண்டாய்
நங்கையர் எறிந்த நயனவாளிகள்
உளந்தனில் பாய்ந்து உன்னை உருக்குமால்
கொம்பினை இழந்த குரங்கின் நிலையினும்
குழம்பிய மனந்தனைக் கொள்வாய் நீயே.”

இப்படிப் பாடலுற்றான்.

தன் முழங்கால்கள் மீது தன் கைகளை வைத்துக் கொட்டி ஆர்த்தான்; முழக்கம் செய்துகொண்டே இருந்தான். பிறகு உரத்துக் கூவினான். “நீ கொண்ட நோய் என்றும் அப்படி பேரின்னலை விளைவிக்கக் கூடியதன்று என்ற நினைப்பில் என் இதயம் பேரின்பம் கொள்கின்றது. உன்னுடைய இதயம் வைக்கோல் கூரை மீது பற்றி எரிகின்றது போல் இருக்கின்ற காரணத்தால் மரணச் சிதையின் தீயைப்பற்றி நீ நினைக்கின்றாய். அந்த மாய மயக்கம் செய்யும் அந்த நங்கை உன் கண்களில் மீது நீண்ட காலம் நின்றுவிட்டாள். அணங்கவேளும் – காமக்

கடவுளும். உன் மீது மலர்க்கணைகள் தொடுத்து உன் இதயத்தைத் துளைத்துவிட்டான். நினைக்கின்றபடி வண்டுகள் முரலுகின்ற ரீங்காரம் அவனுடைய பாய்கின்ற வாளின் 'உஸ்' என்ற நாதமே தவிர பிறிதில்லை. காமம், இளவேனிற்காலம் – இவற்றின் உடன் பிறந்தோள்தான் ரதியாவாள். அவளும் இந்தக் காதல் நோயை விளைவித்திருக்கக்கூடும். இப்படி நிகழ்வது எதுவும் இயல்பேயாகும்; இன்பத்தைத் தரக் கூடியதே. இது மனிதனுக்கு ஏற்படக்கூடிய இயல்பைத் தவிர பிறிதில்லை. ஒரு தெய்வந்தான் இத்தகைய பெரிய இன்பத்தை நாடுவதற்கு ஆசைப்படும் என்று உனக்குத் தோன்றுகின்றது. இப்படிக் கருதுவது உன் ஆர்வமிக்க விருப்பத்தின் ஆழத்தைச் சுட்டுகின்றது. இவை யாவும் உனக்குப் பொருந்துவது போலத் தெய்வங்கட்குப் பொருந்தா. தெய்வங்கள் தாம் இத்தகைய விருப்பங்களின் எல்லைகளை அடைய உரிமை உடையன என்று நீ கருதுவது தவறே ஆகும். இப்படிக் கூறுவதால் உன் மீது நான் பகைமை பாராட்டுவதாக நீ எண்ணிவிடாதே. உன் மனப்புண்களை – உன் இதயத்தில் எழுந்த காமநோயின் வெப்பத்தைத் தணிக்கக்கூடிய குளிர்ச்சி பொருந்திய நன்னீரனைய அறிவுரை என்று நீ கருதுவாயாக. தெய்வத்திற்குத்தான் உரியது என்றெல்லாம் கூறுவது மிகைப்பட மொழிந்ததாகும். உழுத வயலில் விதையைத் தெளிப்பது எப்படி இயல்போ காதல் கொள்வதும் அத்தகைய இயல்பேயாகும். (சீதை என்ற சொல்லிற்கும் உழுத சுவடு என்றுதானே பொருள்.) 'ஆந்தைக்குப் பகலில் கண் தெரியாது, இரவில் காகத்திற்குக் கண்இல்லை' என்ற முதுமொழி உனக்குப் பொருந்தும். காமத்தால் எவன் கண் மூடிவிட்டதோ அவனுக்குப் பகலுமில்லை, இரவுமில்லை – இந்த உயர்ந்த பழமொழியை உனக்கு உரைப்பதன் காரணத்தை நீ ஓர்வாய். நீயே அதைக் கண்டு உணர்வாய். பைசான்புல் வட்டாரத்தைச் சார்ந்த சீதை ஓர் அணங்கல்லள் – ஆனால் ஆடையின்றித் துருக்கையின் புண்ணியத் துறையில் நின்று காட்சியளித்தபோது அவளை ஒரு தெய்வ நங்கையாகக் கொண்டிருக்கலாம். சற்று அழகுவாய்ந்த சாதாரணமான பெண்ணைத் தவிர வேறில்லை. மற்றைய மக்களைப்போல்தான் வாழ்கிறாள். தானியத்தை மாவாக அரைக்கின்றாள்; கூழைச் சமைக்கின்றாள். கம்பள நூல் நூற்கின்றாள். மற்றைய மக்களைப்போல அவளுக்குத் தாய்

தந்தை உண்டு. ஆனால் அவளுடைய தந்தையான சுமந்தரன் தன்னுடைய நரம்பில் க்ஷத்திரியனின் – போர் வீரனின் குருதி ஓடுகின்றது என்று அவன் பெருமிதங் கொள்ளுகின்றான். எத்தனையோ தலைமுறைகள் முந்தி இருந்திருக்கக்கூடும். அத்தகைய ரத்தம் ஓடுவது என்பது மிகக் குறைவேயாகும். சுருங்கக் கூறுமிடத்து, நாம் உரையாடத் தகுந்த மக்களே. நந்தனைப்போல ஒரு நண்பன் உனக்கு இருக்கும் வரையில் உனக்கென்ன குறைவு. இதோ என் காலால் நடந்தே மிகச் சாதாரணமான அலுவலை இப்பொழுதே முடிப்பேன். நீ இன்புறலாம். எவ்வளவு அறிவீனம்! "தீயை வளர்த்து உன் பக்கலில் நானும் அமர்வது. அதற்கு மாற்றமாக உனக்குத் திருமணத்திற்குரிய பந்தல் அமைப்பேன். எழிலுடை மருங்குலாளோடு நீ இன்புற்று வாழலாம்" என்று நந்தன் நவின்றான்.

"உன்னுடைய உரைகள் – உன் பாட்டைப்பற்றி நான் குறிப்பிடவேண்டியதில்லை – மனத்தைப் புண்படுத்தக்கூடிய பொருள் அடக்கியுள்ளன. என்னை வதைக்கின்ற ஆசைகளை – என் இதயத்தையே இரு பிளவாகச் செய்யும் என் ஆசைகளை – என்னால் பொறுக்கமுடியாத ஆசைகளைச் சாதாரண ஆசைகளென்றும் அன்றாட ஆசைகளென்றும் நீ அழைப்பது குற்றமேயாகும். நம்மைக் காட்டிலும் வலிவுள்ள ஓர் ஆர்வமிக்க ஆசையை மண்மக்களுக்குத் தகுதியற்ற ஆசையை ஒரு கடவுளுக்குத்தான் உரியது என்று இயம்புவது தகுதியேயாகும். ஆனால் என்பால் நீ வைத்த எண்ணம் நல்ல எண்ணமே. நீ எனக்கு ஆறுதல் கூறுகின்றாய். என்னுடைய நோயை – என்னை அழிக்க வந்துள்ள சிந்தை நோயைப்பற்றி அநாகரிக முறையிலும் தருக்கோடும் பேசினதற்காக உன்னை மன்னித்து விடுகின்றேன். மரணத்தையே எதிர்பார்த்து நிற்கின்ற என்னுடைய இதயத்தைப் புதிய தீவிரமான உணர்ச்சி வசமாக்கிவிட்டன, நீ உரைத்த சொற்கள். அப்படி நடக்கக்கூடும் என்ற தன்மையும் அவை சுட்டுகின்றன. அக்காரணம் பற்றி உண்மையிலேயே மன்னித்து விடுகின்றேன். நீ சித்திரித்துக் காண்பித்தாயே; அது என் இதயத்தைத் தூண்டிவிட்டது. ஆனால் அதில் இன்னும் எனக்கு நம்பிக்கை வரவில்லை: புண்படாத மாந்தர்களின் நிலையில் என்னை வைத்துக்கொண்டு உணர்ச்சி வசமின்றித்

தவித்துத் தெளிவான முறையில் ஆராயும் இயல்பு படைத்த நேரங்களுண்டு. ஆனால் என்னுடைய கருத்தைத் தவிர மற்றொருவர் கருத்தை என்னால் நம்ப இயலவில்லை. மரணத்திற்கு ஈர்த்துச் செல்லும் பாதையைத்தான் உடனே நம்புகின்றேன். ஒருக்கால் குழந்தையாக இருக்கும்பொழுதே ஒருவனுக்கு வாக்களிக்கப்பட்டு அந்த மணாளனும் அவளோடு வளர்ந்துகொண்டே வந்துவிட்டால் அதற்கு நான் என்ன செய்வேன்? இந்த ஐயமும் என் மனத்தகத்தே தோன்றுகிறது. அத்தகைய சம்பவத்தை உன்னிப் பார். இத்தகைய எண்ணமே என்னை எரித்து வாட்டுகின்றது. கொழுந்துவிட்டெரியும் சிதைகூடக் குளிர்ந்திருக்கும். இந்த எண்ணத்திலிருந்து தப்பி அதில் விழுவதுதான் சாலச் சிறந்தது என்று எண்ணி அதில் நான் புகுதலுங்கூடும்."

ஆனால் நாட்டின் மீது ஆணையிட்டு நந்தன் சாற்றினான். ஸ்ரீதமன் காண்கின்ற அச்சத்திற்குச் சற்றும் ஆதாரமில்லை. குழவிப் பருவ மணத்தளையால் அவள் பிணைப்பட்டிருக்க முடியாது. அவளுடைய தந்தை அத்தகைய மணத்தைப் புறக்கணிக்கும் இயல்புடையவர். அகாலமரணம் கணவனுக்கு நேரிடுமாயின் தன் செல்வி கைம்பெண் கோலமாம் இழிவை ஏற்க நேரிடுமன்றோ. அவளுக்கு மணமாயிருக்குமாயின் கதிரவன்பால் எறியக்கூடிய கன்னியாக அவளைத் தேர்ந்தெடுத்திருக்கமாட்டார்கள். அது முடியவே முடியாது. சீதை சம்பந்தமான யாதொரு தடையுமிருக்க நியாயமில்லை. அவள் மீது ஸ்ரீதமன் காதல் கொண்டு அவளை நேசிக்கவும் செய்யலாம். ஸ்ரீதமனின் நற்குலம், சாதி, உயர்ந்த சுற்றத்தார்களுடைய தொடர்புகள், வேதப்பயிற்சிகள் – இவையாவும் அவனுக்குத் துணைபுரியும். இந்தத் துறையில் தனக்கு ஒருவகையான அதிகாரம் கொடுக்கும் பட்சத்தில் மணப் பேச்சுக்களை முடித்து இரண்டு குடும்பங்களும் இன்புறும் வண்ணம் முடிவதைத் தான் செய்வது திண்ணம் என்றான் நந்தன். கதிரவன்பால் அவளை எறிந்த நிகழ்ச்சியைச் செவியுறுதலும் ஸ்ரீதமனின் கன்னங்கள் ஒரு புகலரும் வேதனையால் சற்றுச் சுளித்தன. ஆனால் தனக்கு உதவி புரியக் காத்திருக்கும் நந்தன்பால் செய்ந்நன்றி உள்ளவனாகக் காட்டிக் கொண்டான். உயிர் துறக்கும் விருப்பத்திலிருந்து கொஞ்சம் கொஞ்சமாக நந்தனுடைய விருப்பமும் நிறைவேறக்கூடும்

என்ற நம்பிக்கையும் வேரூன்றத் தொடங்கிற்று. அவளைத் தன் கையில் அணைக்கும் நம்பிக்கையும் நிறைவேறக் கூடியதே; மனித எல்லைக்கும் வரம்பிற்கும் அப்பாலுள்ள உலகமன்று அந்த ஆசையின் நிறைவேறுதல்; இம்மண்ணகத்தே அதைப் பெறலாம். மணப்பேச்சு முறியுமானால், தன்னுடைய புயவலிவைக் கொண்டே சிதையை அடுக்குவதாய்த் தான் வாக்களித்ததைப் பின்பற்றாமல் போகான் நந்தன். இதை வாக்களித்ததால் கானக மைந்தனான நந்தன் ஸ்ரீதமனுக்கு ஆறுதல் அளிக்க முடிந்தது. இந்த மணச்சடங்கு நிறைவேறுவதற்குரிய விஷயங்களை விவரமாகப் படிப்படியாகச் சர்ச்சை செய்யவேண்டியது பொருத்தமன்றோ? ஸ்ரீதமன் இதைப்பற்றிப் பேசாது ஒதுங்கி இருந்துகொண்டு விளைவை எதிர்பார்க்க வேண்டும். ஸ்ரீதமன் தகப்பனாரான பௌபூதியைப் பெண்ணின் பெற்றோர்களிடம் கலியாண விஷயமாகப் பேச்சைத் தொடங்கும்படி நந்தன் தூண்டவேண்டும். ஸ்ரீதமனுக்கு மாறாகத் தான் பைசான் புல்லுக்குப் போய் மணத்திற்கு வேண்டிய விஷயத்தை மணமகளோடு பேசுவதாகவும் மணமகளுக்கும் மணமகனுக்கும் தொடர்பை விரைவுபடுத்துவதாகவும் நந்தன் நவின்றான்.

சொன்ன அக்கணமே அதை நிறைவேற்றிவிட்டான். அந்தணர் மரபில் தோன்றிய வணிகனான பௌபூதி, தன் மைந்தன் நண்பனான நந்தன் தனக்குக் கொணர்ந்த செய்தியைப் பருகி உளம்பூத்தான். போர் வீரர் குலத்துக் குருதி ஓடுகின்ற ஆ வளர்ப்போனான சுமந்தரனும் வேண்டிய சீரும் சிறப்போடும் வருகின்ற மணப்பேச்சுகளைக் கண்டு உவகை அடையாமல் இல்லை. மணமகள் வீட்டில் அன்றாடம் வழங்கும் கொச்சைப் பேச்சில் – ஆனால் மனத்தைக் கவரும் மொழியில் -- தன்னுடைய நண்பனுடைய புகழை இசைத்தான். சீதையின் பெற்றோர்கள் கோகுலத்திற்கு வந்து அவனுடைய பேச்சு உண்மைதானா என்று சோதித்துத் தங்களை உறுதிப்படுத்திக் கொள்ளுமாறு செய்து கொண்டதில் நல்ல விளைவு இல்லாமல் இல்லை. இப்படி மாறி மாறி வருவதிலும் போவதிலும் சில நாட்கள் தேய்ந்தன. வாணிபம் செய்யும் மைந்தனான ஸ்ரீதமன் தனக்கு மணாளனாயும் தலைவனாகவும் அமையப்போவதை மிகச் சேணிலிருந்தே சீதை அறிந்துகொண்டாள். மணத்திற்குரிய ஒப்பந்தம் ஆகிவிட்டது. உறுதி பெறும்பொருட்டு இருதரப்பிலும்

கையொப்பம் செய்துகொண்டார்கள். நிச்சயமானதைக் குறிப்பதையொட்டி வெற்றிலைபாக்கு, வழங்கப்பட்டது; நல்ல விருந்து அளிக்கப் பட்டது. தக்க சீர்களும் சிறப்புக்களும் சொரியப்பட்டன. சோதிடம் வல்லோர்களால், கோள்களை ஆய்ந்து விளைவுகளைக் கூறும் வல்லுநர்களால் – குறிப்பிடப்பட்ட நாளும் நெருங்கிக் கொண்டே வந்தது. நந்தனுக்கு இது இவ்வண்ணம் நிறைவேறும் என்பது நன்கு தெரியும். ஸ்ரீதமன் சீதையை மணம் புரிந்துகொள்வதை அவன் உணராமலில்லை. இதனால் மணச் சடங்குகூட முடிவுறாமல் போய்விடுமோ என்று ஸ்ரீதமன் அயிர்த்ததும் உண்டு. எனினும் நந்தன் தான் அங்குமிங்கு ஓடித்திரிந்து உற்றார் உறவினர் இவர்களைத் திருமணத்திற்கு அழைத்தான். சீதையின் பெற்றோர்களின் வீட்டு நடுக்கூடத்தில் எரிமுட்டை மீது மணத் தீயை வளர்த்தார்கள். இங்கும்கூட புயவலிகொண்ட நந்தன் சமயத்திற்கேற்ற உதவியை நல்கினான். அந்தணர்கள் அண்மையில் உட்கார்ந்து மந்திரங்களை ஓதினார்கள்.

அந்தத் திருமண நாளில் வனப்புமிக்க அவயங்களை உடைய சீதைக்குச் சந்தனத்தைப் பூசினார்கள். தேங்காய் எண்ணெய்கொண்டு கூந்தலை வாரிப் பின்னினார்கள். சூடத்தின் மணம் எங்கும் கமழ்ந்தது. அவர் தக்க அணிகலன்களைப் பூண்டிருந்தாள். உயர்ந்த கூறைப் புடைவையும் ரவிக்கையும் அணிந்திருந்தாள். அவளுடைய சென்னி முகிலனைய ஒரு முகமூடியால் மறைக்கப்பட்டிருந்தது. தனக்கு வரிக்கப்பட்ட கணவன் மீது முதல்முதலாக அவள் கண்கள் பதிந்தன. அவன் அவளை ஏற்கனவே கண்டிருப்பதை நாம் அறிவோம். முதன்முதலாக அப்பொழுதுதான் ஸ்ரீதமன் பெயரைச் சொல்லி அவள் அழைத்தாள். காந்திருந்த முகூர்த்த வேளையும் வந்தது. ‘அவளை ஏற்றுக்கொண்டேன்’ என்று அவன் மொழிந்தான். பொரி, நெய் முதலியவற்றை அளித்தபிறகு அவளுடைய பெற்றோர்களின் கைகளிலிருந்தும் அவளை ஏற்றான். தன்னை விண்ணென்றும் அவளை மண் என்றும், தன்னை இசையென்றும் அவளைச் சொல்லென்றும் கூறிக்கொண்டான். மங்கையர்கள் இசைபாடி கைகொட்டி யார்ப்ப அவளோடு கொழுத்து விட்டெரியும் தீயை மும்முறை வலம் வந்தான். வெள்ளை எருதுகள் பூட்டப்பட்ட வண்டியில் ஊர்வலம் வந்து

தன்னுடைய சிற்றூருக்கு அவளைத் தன் அன்னை உவகையால் உளம் பூக்க அழைத்துப்போனான்.

அங்குக்கூட நற்பேறு கிடைத்தல் பொருட்டு மேன் மேலும் சடங்குகள் நடந்தன. இங்கும் தீவலம் வந்தார்கள். கருப்பஞ் சாற்றைக் கொண்டு அவளை உண்பித்தான்;தன்னுடைய மோதிரத்தை அவள் மடியில் போட்டான். மணவிருந்தில் உற்றாரும் உறவினரும் புடைசூழ அவர்கள் அமர்ந்தார்கள். அவர்கள் உண்டி அருந்திய பிறகு, நன்னீர் பருகிய பிறகு பன்னீரை அவர்கள் மீது தெளித்தார்கள். கங்கையின் புனித நீரும் அவர்கள் மீது விழுந்தது. மணமகளும் மணமகனும் இன்புறும் அறைக்கு விருந்தினர்கள் பின்தொடரப் போனார்கள். மலர்ச் சேக்கை அங்கே கவின்பெற அமைக்கப் பட்டிருந்தது. முத்தம் அளிப்போர்களும் நகையாடுவோர்களும் கண்ணீர்விடுவோர்களும் அங்கே திகழ்ந்தனர். ஒவ்வொருவரும் அவர்களிடமிருந்து விடைபெற்றுக்கொண்டு அகன்றார்கள். அவர்களோடு இறுதிவரையிலிருந்த நந்தன்தான் கடைசியாக வாசற்படியினின்று அடிபெயர்ந்தான்.

5

'கதையின் இன்ப ஓட்டத்தைக்கண்டு ஏமாந்து போகாதீர்கள்' என்று கதை கேட்போர்களுக்கு எச்சரிக்கை செய்கின்றோம். அதைப்பற்றிய தவறான கருத்திற்கு இரையாகிவிடாதீர்கள். சிறிது பொழுது அதில் அமைதி நிலவும் தன் முகத்தைத் திருப்பிக்கொள்ளும்போது; மீண்டும் திரும்பிப் பார்த்தால், அது முன்போல இருக்காது; மாறிவிடும்; அச்சுறுத்தும் முகமூடியைப் போர்த்து நிற்கும் கோரமான முகத்தைக் காட்டும்; உள்ளத்தைக் குழம்பச்செய்யும்; 'மெடுசா' முகத்தைக் கண்டவர்போல் அது அவர்களைக் கல்லாய்ச் சமைத்துவிடும். அல்லது பித்தர்களாய்ச் செய்து எல்லாவற்றையும் துறப்பதற்குரிய வரம்பு கடந்த செயல்களில் உய்த்துவிடும். ஸ்ரீதமன், நந்தன், சீதை இவர்கள் தங்கள் பிரயாணத்தில் இத்தகைய மாறுதல்களைக் கண்டார்கள். ஆனால் ஒவ்வொன்றும் குறிப்பிடத் தக்க இடத்தில் கூறப்படும். வனப்பு வாய்ந்த சீதையை ஸ்ரீதமனின் அன்னை மார்புறத்தழுவி அணைத்துக் கொண்டதினின்று ஆறு திங்கள் தேய்ந்துவிட்டன. குறுகிய மூக்கையுடைய தன் கணவனான ஸ்ரீதமனுக்குப் புதுமணத் தேறலை முற்றிலும் சீதை நல்கினாள். வெப்பமிக்க வேனிற்காலம் கழிந்துவிட்டது. முகிற்கணங்கள் கொண்டு விண்ணைப் போர்த்து மழையைப் பொழிந்தும் மண்ணகத்தை நாள் மலர்களால் நிறைத்தும் விளங்கிய கார் காலமும் விரைவில் முடிவடைந்துவிடும். விண்ணே மாசு மருவுற்றுத் திகழ்ந்தது. இலையுதிர் காலத்துத் தாமரை முத்து எழில் காட்டிற்று. ஸ்ரீதமனின் பெற்றோர்களிடமிருந்து அனுமதி பெற்ற பிறகு சீதையின் பிறந்தகம் போவதைப்பற்றிப் புதியதாய் மணமான இவ்விருவரும் நண்பனான நந்தனோடு கலந்து ஆய்ந்தார்கள். மணமானது முதற்கொண்டு சீதையிடமிருந்து அவளுடைய பெற்றோருக்கு யாதொரு செய்தியும் கிடைக்கவில்லை. தம் பெண்ணிற்கு மணவாழ்க்கை இன்பம் மனத்திற்கு உவந்திருக்கும்

என்பதை உறுதிப்படுத்திக்கொள்ள அவர்களுக்கு ஆவல் இருக்குமன்றோ? அவள் ஒரு பிள்ளைக்குத் தாயாகப் போகும் இன்பத்தை எதிர்பார்த்த போதிலும் பிரயாணஞ் செய்யத் தொடங்கினார்கள். அது நீண்ட பிரயாணமும் அன்று. மேலும் குளிர்ந்த காலமாதலால் பிரயாணம் மிகுதியான இன்னலைத் தராதன்றோ?

கூரையுள்ள வண்டியில்தான் அவர்கள் சென்றார்கள். அந்த வண்டிக்கு இரு மருங்குகளிலும் திரைகள் தொங்கின. வண்டியை ஒரு கோவெருது கழுதையும் ஒட்டகமும் இழுத்துச் சென்றன. நந்தன்தான் வண்டிக்காரனாய்க் காட்சி அளித்தான். வண்டி ஓட்டுவதில் மிகுதியான கவனம் செலுத்தியபடியால் உள்ளே அமர்ந்தவர்களோடு அடிக்கடி பேச இயலவில்லை. சில சமயங்களில் வண்டியிழுக்கும் விலங்குகளை அழைப்பான். வேறு சமயங்களில் உரத்துத் தெளிவாகப் பாடுவான். பிறகு அவனுடைய குரல் ஒரு வண்டினத்தின் ரீங்காரம் போல இறங்கிவிடும்; புகலரும் புள்ளினம் புலம்புவதுபோல் மீண்டும் வண்டியிழுக்கும் விலங்கின் மீது அவன் குரல் பாயும்.

உணர்ச்சி ததும்புகின்ற உள்ளத்திற்கு ஒரு போக்கிடம் போல அவன் பாட்டு அமைந்தாலும் அப்பாட்டு கட்டவிழும் இதய உணர்ச்சி வெள்ளத்திற்கும் ஒரு போக்கிடம் போலவே பொலிந்தது.

இவனுக்குப்பின் தம்பதிகள் வாளா அமர்ந்திருந்தார்கள். நந்தன்தான் இவர்களுக்கு அடுத்து அண்மையில் இருந்தான். அவர்களுடைய பார்வை நேராக ஓடினால் அவனுடைய கழுத்தின் பின்பக்கத்தில்தான் அது படியும். சில சமயங்களில் சீதை தன் மடியின் தியானத்திலிருந்து மெல்ல எழுந்து நோக்குவாள்; மீண்டும் அவள் பார்வை தன் மடிக்கே மீண்டுவிடும். ஸ்ரீதமன் இத்தகைய பார்வையைத் திரைகள் பக்கம் போகாது அகற்றினான். நந்தன் வண்டி ஓட்டுவதற்கு மாறாகத் தானே அதைச்செய்ய ஸ்ரீதமன் விரும்பியிருப்பான். தன்னுடைய மனைவியைப் போல் அவன் நந்தனின் கரும் பழுப்புநிற முதுகில் முதுகெலும்பு அசைவதையும், அவன் தோள்கள் ஆடுவதையும் பார்க்காமலிருக்கலாமன்றோ? அதை அவன் பொருட்படுத்தவில்லை. வேறுவகையாக

அமைந்திருந்தாலும் அது நன்றாயிருக்க இடமில்லை. வாய் பேசாமலேயே பிரயாணம் செய்தார்கள். அவர்கள் மூன்று பேர்களும் பெருமூச்செறிந்தார்கள். ஓட்டம் பிடித்தவர்கள்போல அவர்கட்கு மூச்சு வாங்கிற்று. அவர்கள் கண்கள் குருதி கட்டினது போலச் சிவந்துவிட்டன. அப்படிச் சிவப்பது நல்ல சகுனமன்று. வரும் பொருள் உரைக்கும் ஞானக்கண் பெற்ற ஒருவன் அங்கிருப்பானாகில் வண்டியில் போகிற அவர்களைக் கரிய பெருஞ்சிறகு ஒன்று மூடுவதுபோல ஒரு நிழலைக் கண்டிருப்பான்.

இருட்டில்தான் வண்டியில் போகவேண்டுமென்பது அவர்கள் விரும்பித் தீர்மானம் செய்ததே. பொழுது புலர்வதற்கு முன்பு வீடு சேரவேண்டும். நடுப்பகல் ஞாயிற்றின் மிகுதியான வெப்பத்தை அகற்றுவது நலமே. அது நல்ல வழிதான். பகுத்தறிவு மட்டும் இந்தப் பாதையை வகுத்துவிடவில்லை. இதற்கு வேறு காரணங்களும் உள. அவர்களுடைய மனக்குழப்பத்திற்கேற்றவாறு இந்த இருளும் அமைந்தது போலும். அவர்கள் அறியாமலேயே அகத்திலுள்ள குழப்பத்தைப் புறத்திலும் புலனாகச் செய்துவிட்டார்கள் என்றுதான் கருதவேண்டியிருக்கிறது. முடிவு யாதெனில் தங்கள் பாதையை இழந்ததே. சீதை வீட்டிற்கு அழைத்துச் செல்லும் பாதையைவிட்டு அந்த விலங்குகளை வேறு பாதைக்குப் போகும்படிச் செய்துவிட்டான் நந்தன். விசும்பில் மதியின் ஒளி இல்லை; விண்மீன்கள்தாம் அவர்களுக்கு உதவி புரிந்தன. அவர்கள் பின்பற்றிய பாதை உண்மையில் ஒரு பாதையன்று; மரங்கள் செறிந்த இடம். அதுகூட பார்வைக்கு அப்படி இருந்தது. உள்ளே புகப்புக அது செறிந்த காடாய்க் காட்சி அளித்துவிட்டது. இதை உணர்ந்து அவர்கள் திரும்பிப் போயிருக்கக்கூடும். அடிமரங்களின் வாயிலாகவும் புதையும் மணல்தரை வழியாகவும் வண்டியைச் செலுத்துவது இயலாத காரியம். நெறிதப்பிவிட்டோம் என்பதை ஒருவருக்கொருவர் ஒப்புக்கொண்டார்கள். தங்கள் மனக்குழப்பத்திற் கேற்றவாறு இந்நிலையை அவர்கள் கொணர்ந்துவிட்டார்கள் என்று இயம்புவதற்கில்லை. வண்டியை ஓட்டுகிற நந்தனுக்குப் பின் அமர்ந்திருந்த ஸ்ரீதமனும் அவன் மனைவியும் உறங்கவில்லை. விழித்தே இருந்தார்கள். தகாத பாதையில் அழைத்துச்

செல்லுவதற்கே இணங்கினார்கள் போலும். வேறு யாதும் செய்வதற்கில்லை. இருந்த இடத்தில் தீயை மூட்ட வேண்டும். காட்டில் உறையும் கொடிய விலங்குகளினின்றும் தங்களைக் காப்பாற்றிக்கொள்ளும் வழியதுவே ஆகும். ஞாயிற்றின் எழுச்சிக்காகக் காத்திருக்க வேண்டும்.

கடைசியாக, கீழ்வானம் வெள்ளென வெளுத்தது. கண்கள் கொண்டு மாதிரங்களை அளந்தார்கள். விலங்குகளை வண்டியிலிருந்து அவிழ்த்துத் தனியே அவற்றைவிட்டார்கள். மிகவும் சிரமப்பட்டு வண்டியைத் தேக்க மரம், சந்தனமரம் இவற்றிற்கிடையே தள்ளிக்கொண்டேபோய்க் காட்டின் ஓரத்தை நண்ணினார்கள். அங்கே ஒரு நீர் வற்றிய கற்பள்ளத்தாக்கு அவர்கள் முன் விரிந்தது. இதன் வழியாய் வண்டியைச் செலுத்திக்கொண்டு போகலாம். இது சீதை வீட்டிற்கு நம்மை அழைத்துச் செல்லும் திசையில் தானிருக்கிறது' என்று நந்தன் இயம்பினான். இந்தச் செங்குத்தான பள்ளத்தாக்கைத் தொடர்ந்து சென்றார்கள். அடிக்கடி தூக்கி வாரிப்போடும்; அப்படி மேடும் பள்ளமாய் அது அமைந்திருந்தது. அங்கே பாறையைக் குடைந்து அமைக்கப்பட்ட கோயில் ஒன்று தோன்றிற்று. அது தேவியின் கோயிலென உணர்ந்தார்கள். எவரும் நண்ண முடியாத பயங்கரமான சியாமளா, அன்னை பராசக்தி காளிதான் அங்கே வீற்றிருந்தாள். ஸ்ரீதமன், ஏதோ ஓர் இதய உணர்ச்சி உந்த, வண்டியைவிட்டுக் கீழே இறங்கி அன்னையை வணங்கும்படித் தனக்கு விருப்பம் இருப்பதாகச் சொன்னான். "தரிசனம் செய்து என் பிரார்த்தனையை முடித்துக்கொண்டு சில கணங்களில் வந்துவிடுவேன், இங்கேயே இருங்கள்" என்று சொல்லிவிட்டு ஸ்ரீதமன் அகன்றான். கரடுமுரடான படிக்கட்டுகளை – காளி கோயிலுக்குப் போகும் படிக்கட்டுகளைக் கடந்து மெல்ல ஏறினான்.

சுவர்ணமுகி ஆற்றங்கரைமீது தனித்துள்ள நீராடும் துறையில் அமைந்த அன்னை பராசக்தியின் சிறிய கோயிலைப் போலவே இதுவும் இருந்தது. அதைவிட அப்படி ஒன்றும் இது சிறப்பு வாய்ந்ததன்று. ஆனால் இதன் தூண்களும் சித்திர வேலைப்பாடுகளும் எல்லையற்ற சிரத்தையுடனும் பயபக்தியுடனும் செதுக்கப் பட்டிருந்தன. அதன் வாயில் அந்தக் காட்டுமலையின் அடியில் போவதுபோலிருந்தது.

உறுமும் சிறுத்தைகள்மீது விளங்கும் தூண்கள் அவ்வாயிலைத் தாங்கிநின்றன. பாறையைக் குடைந்து அமைக்கப்பட்ட வாயிலின் வலது இடது பக்கங்களிலும் மருங்குகளிலும் ஓவியங்கள் வரையப்பட்டிருந்தன. தோல், எலும்புகள், தசைகள், பிந்து வியர்வை, கண்ணீர், நூல்போல் வரும் கபம், மலம், சிறுநீர், பித்தநீர் இவற்றையெல்லாம் கலந்து உருவான உயிரின் காட்சிகளும் அங்கே விளங்கின. உணர்ச்சிப் புயல்கள், சீற்றம், கழிகாமம், அழுக்காறு, கையறு நிலை, காதலர்கள் பிரிவுகள், அன்பிலாச் சேர்க்கைகள், பசி, நீர் வேட்கை, மூப்பு, துயர், சாவு – இவை அனைத்தையும் வளர்க்கின்ற, புகைந்து வருகின்ற இன்பக் குருதி வெள்ளம், இன்னல்கள் – ஓராயிர வடிவங்களில் அன்னை திளைத்தல், உயிரின் கிளர்ச்சிகள், அவற்றை விழுங்குதல் – ஒன்று மற்றொன்றாக மாறுதல் – இவை போன்ற வாழ்வின் அமிசங்களும் அங்கே கோரமாய்க் காட்சி அளித்தன. விலங்கினம், மனித இயல்பு, தெய்வ நிலை – எல்லாவற்றையும் தழுவி நிற்கின்ற வழி காண்பதற்கரிய சிக்கலான ஓர் ஓட்டம் அங்குத் தோன்றும். ஒரு யானையின் துதிக்கை ஒரு மனிதன் கையில் வந்து முடிவடையும். ஒரு பன்றியின் தலை ஒரு நங்கையின் சென்னிக்கு மாறாகத் தோன்றும். இத்தகைய ஓவியங்களை ஸ்ரீதமன் கவனித்தானில்லை. அவற்றை அவன் கண்டதாகக்கூடத் தெரியவில்லை. அவனுடைய செவ்வரி படர்ந்த கண்கள் அவற்றின்மீது மிதந்துதான் விரைந்தன. அவை ஸ்ரீதமன் இதயத்தில் ஒரு சிறு மயக்கத்தையும் இளகிய இரக்க உணர்ச்சியையும் எழுப்பின. இவை உலக அன்னையைத் தக்க முறையில் தரிசிக்க உதவிபுரிந்தன.

அங்கே அந்த மலைக்குகையில் அந்திப்பொழுதுதான் ஆட்சி புரிந்தது. உயர மலை வழியாக வரும் வெளிச்சந்தான் பிரார்த்தனை மண்டபத்தின்மீது மெல்ல அருவி பாய்ந்தது. இந்த மண்டபத்தைக் கடந்து அதை அடுத்த கீழ் அறைக்குப் போனான். இன்னுமொரு கதவு திறந்தது. இன்னும் கீழே சென்றான். இன்னும் பல படிகள் தாண்டவேண்டியிருந்தது. இறுதியாக பராசக்தியின் கருப்பக்கிருகத்திற்குள் நுழைந்துவிட்டான். படிக்கட்டுகளின்மீது அடிவைத்ததுமே ஸ்ரீதமன் நடுக்கமுற்றான். இரு மருங்குகளிலும் உள்ள லிங்கங்கள் மீது அவன் கைகள் விரியவே, அவன் தள்ளாடிப் பின்வாங்கினான். காளியின்

உருவம் அவனை அச்சுறுத்திற்று. குருதிச் சிவப்பாயுள்ள அவனுடைய கண்களுக்கு அப்படித் தோன்றிற்றா? அல்லது சீற்றமுற்ற வெற்றி வெறி கொண்டு ஆடுகின்ற கோரமான வடிவில் அமர்ந்திருக்கும் அன்னையை வேறெங்குமே அவன் பார்த்ததில்லையா? மண்டை ஓடுகள், துண்டுபட்ட கைகள் – இவை அடங்கிய ஒரு வளைவுச் சட்டத்திலிருந்து வெளியிலே நிற்பதுபோல அவ்வுருவம் தோன்றிற்று. அந்த உயிருள்ள கற்சுவரிலே பல வண்ணங்களோடு அது திகழ்ந்தது. எல்லாக் கதிர்களையும் பிடித்துச் சுடர்விட்டெழும்படி அவற்றை எறிவதுபோல அது விளங்கிற்று. கண்களைப் பறிக்கும் மௌலியை அவள் அணிந்திருந்தாள். எலும்புகளாலும் துண்டிக்கப்பட்ட அவயவங்களாலும் அவள் போர்த்தப்பட்டும் சூழப்பட்டும் இருந்தாள். அவளுடைய பதினெட்டுக் கரங்களும் சுற்றுகின்ற சக்கரமேயாகும். வாள்களையும் தீப்பந்தங்களையும் அன்னை சுழற்றினாள். ஒரு கையில் கபாலத்தை ஏந்தி அதைத் தன் உதடுகள் அண்மையில் வைத்துக் கொண்டிருந்தாள். சுடச்சுடக் குருதி அந்தக் கபாலத்தில் புகைவிட்டு அருவியெனப் பாய்ந்தது. அவளுடைய திருப்பாதத்தின்கீழ் பெருகுகின்ற குட்டையைப்போல் குருதி தேங்கிக்கிடந்தது. கொந்தளித்தெழும் பிறவிக் கடலின் மீது மிதக்கும் நாவாய்மீது அந்தப் பயங்கர பராசக்தி அமர்ந்திருந்தாள். அக்கலம் குருதிக்கடலில் நீந்திற்று என்றே கூறலாம். குருதியின் மணம் ஸ்ரீதமனின் மெல்லிய மூக்கைத் துளைத்தது. பூமிக்கடியிலுள்ள பலியிடும் வேள்விக்கூடத்தில் குருதி வாய்க்கால்களில் ஓட்டிக்கொண்டிருந்தது. பலி யிடப்பட்டவைகளிலிருந்து விரைவாய்ப் பெருகி வருகின்ற உயிர்க்குருதி பாயக் கோயிலின் தரையில் சிறு வாய்க்கால்கள் வெட்டப்பட்டிருந்தன.

காட்டெருமை, பன்றி, ஆடு – இவற்றின் தலைகள் – கடக்க முடியாத அன்னையின் பலிபீடத்தின்மீது ஒரு கோபுரம் போலக் குவியலாக அடுக்கி வைக்கப்பட்டிருந்தன. அவற்றின் திறந்த கண்கள் கண்ணாடிபோல் மின்னின. அவற்றின் தலைகளை அறுப்பதற்கு உதவிபுரிந்த கூர்மையான வாள் உலர்ந்த குருதிக் கறைபட்டிருந்த போதிலும் ஒளிர்ந்தது. அது பாறைக் கற்களால் அமைந்த தரையின் ஒரு பக்கத்தில் கிடந்தது.

அந்தக் கோரமாய்த் திகழ்கின்ற அன்னையின் முகத்தை உற்றுநோக்கினான். சுர வேகமாய் அடிக்கின்ற அச்ச உணர்ச்சி அவனிடம் மேன்மேலும் ஓங்கத் தொடங்கிற்று. இவள்தான் அந்த அன்னை. உயிரை அழிப்பவளும் அவளே – உயிரை அளிப்பவளும் அவளே. பலியைத் தூண்டுபவளும் அவளே. சுழல்கின்ற அவளுடைய கரங்கள் ஸ்ரீதமனின் ஐம்பொறிகளையும் நறவு அருந்தியவனைப்போலச் சுழலச் செய்துவிட்டன. மிகவும் விரைவாய்ப் படபடத்தடிக்கின்ற தன் மார்பைத் தன் மூடின கைகளைக்கொண்டு அழுத்திக்கொண்டான். புகலரும் நடுக்கங்கள் அவன் உடல்மீது வெள்ளமெனப் பாய்ந்து எழுந்தன. ஒருகணம் உடல் சில்லிட்டும் போய்விடும். மறுகணம் சுரம்போல் அனலைக் கக்கும். தன் சென்னிக்குப் பின்னால் தன் குடலின் ஆழத்திலே, தன்னுடைய ஆண்குறியின் அதிர்ச்சி யிலே அலைபோல் ஓர் உணர்ச்சி மறைந்து அவனை உந்தத் தொடங்கிற்று. எல்லாவற்றையும் தன் வயிற்றிலே அடக்கியுள்ள பராசக்தியின் சேவைக்காகத் தன்னையே பலியிடும் அளவிற்கு அந்த உணர்ச்சி வெள்ளம் அவனை அடித்துக் கொண்டு போய்விட்டது. குருதி செத்து வெளிர்ந்த உதடுகளுடன் அன்னையின் முன் பின்வருமாறு ஸ்ரீதமன் இறைஞ்சினான்.

"தொடக்கமற்றவளே! எல்லா விருப்பத்தையும் பெற்றவளே! நீ படைத்த உலகங்களையும் வடிவங்களையும் விழுங்கி உன்னிடத்திலேயே அடக்கிக்கொள்பவளே! உயிர்ப்பலி கொடுத்து உன் புகழ் பாடுகின்றார்கள் மக்கள். உன்னைத்தான் சார்ந்தது உயிரின் குருதி அனைத்தும். என்னையே பலி யிட்டால் என் பிறவிப் பிணியை அகற்றும் உன் அருளை நான் பெறாமல் போவேனோ? நான் விழைந்தாலும் உயிர் தப்புவது என்பது இயலாத செயலாகும். உன்னுடைய கருப்பத்தின் கபாடத்தின்மூலம் நான் உனக்குள்ளே மீண்டும் புகுவேன். இந்த அகந்தையின் தளைகளிலிருந்து நான் விடுபடலாமன்றோ? எல்லா விருப்பங்களும் மாய மயக்கங்களே. ஸ்ரீதமன் என்ற ஒருவன் மாய்ந்து இல்லாமல் போகட்டும். நான் ஒன்றும் உனக்கு நல்கவில்லை. உனதை உன்னுடையதாக ஆக்கிக் கொண்டுவிட்டாய் அன்னாய்!"

இந்தத் திருவற்ற சொற்களை உரைத்த வண்ணம் தரை யிலுள்ள வாளை எடுத்துத் தன் தலையைத் தன் கழுத்தினின்று ஸ்ரீதமன் துணித்துவிட்டான்.

*சொ*ன்ன விரைவிலே செயலும் அப்படியே இல்லாமலில்லை. எனினும் கதை கூறுபவனுக்கு ஒரு விருப்பம் உண்டு. இது ஏதோ இயல்பாய் நடக்கக்கூடியது, மிகவும் சாதாரணமானது என்று எண்ணி இதைக் கவனிக்காமலிருந்துவிடக்கூடாது என்பதுதான் அவன் விருப்பம். இவ்வண்ணம் அடிக்கடி மொழியப்படுகிறது. மேலும் தங்கள் தலைகளை மக்களே பலியிட்டுவிடுகின்றார்கள் என்பதெல்லாம் வரலாற்றில் இடம் பெற்றிருக்கின்றன என்பதனால் இது நிதம் நிகழக்கூடியதே என்று கருதிவிடாதீர்கள். இப்பொழுது குறிப்பிட்ட நிகழ்ச்சி சாதாரணமானதன்று.

சாதாரணமாய் நிகழக்கூடியதும் அதைப்பற்றிப் பேசக்கூடியதும் யாதெனில், பிறப்பும் இறப்பும் என்று இயம்புவார்கள். பிறப்பையும் இறப்பையும் உற்றுநோக்குங்கால் உண்மை புலனாகும். பிறக்கிறபொழுது எழும் முக்கல் முனகலையோ அல்லது ஆவி பிரிகிறபொழுது நேரிடும் கொடும் வேதனையையோ காண்கிறவன் அவற்றைச் சாதாரணமான விஷயங்கள் என்று உரைப்பானா? தற்கொலையைப்பற்றி அடிக்கடி மொழியப்பட்டாலும் அது முடியாதென்றே உரைத்துவிடலாம். அதை நிறைவேற்றுவதற்கு ஒரு தீர்மானம் வேண்டும்; ஒரு சக்தி வேண்டும், ஒரு பயங்கரமான நோக்கத்தை நம்முன் எழுப்பிக்கொள்ள வேண்டும். இந்த அந்தண இளைஞன் சிந்தையில் ஆழ்ந்து நிற்கும் மலரனைய கண்களையுடையவன் – கல்வி கற்றோனுடைய மெல்லிய கரங்களையுடையவன் இத்தகைய வீரச் செயலைப் புரிந்தது நிதம் நடக்கக்கூடிய சாதாரணமான காரியமன்று. ஒரு நம்பத்தகாத செயலென்றே நவிலவேண்டும். அகச் சான்றிற்கு யாதொரு மாற்றமின்றி இதயக் குரலுக்கு ஒப்ப இந்தக் கோரமான பலியை கண்ணிமைப்பொழுதில் அவன் அவன் புரிந்துவிட்டான். அதோ அவனுடைய சிறந்த சென்னி அங்கே கிடக்கின்றது – கன்னங்களில் அரும்பிய மெல்லிய தாடி திகழக் காண்பீர்கள். அவ்வளவு முக்கியமல்லாத உடல் – தலையோடு ஏதோ பொருத்தப்பட்ட உடல் – வேள்வி வாளின் பிடியைத் – தாங்கிய கைகளுடன் கூடியே காட்சி அளிக்கின்றது. தலை துண்டிக்கப்பட்ட உடலிலிருந்து குருதி பொங்கிப் பெருகி தரையிலுள்ள வாய்க்கால்களில் பாய்ந்தது. மிகுதியான சரிவில்லாத காரணத்தால் குருதி மெல்ல ஊர்ந்து

ஆனால் திண்மையாகப் பலிபீடத்திற்கு அடியிலுள்ள குழியிலே போய் விழுந்துவிட்டது. இமயமலையிலிருந்து ஒரு குதிரைக் குட்டி போலக் குதித்து கடலை நோக்கி சுவர்ணமுகி ஆறும் ஓடவில்லையா?

6

அந்த மலைக்குகையாம் குடலிலிருந்து நாம் வெளியேறி அங்கே காத்துக்கொண்டிருந்த இரண்டு பேர்களைப் பார்ப்போம். காலத்தின் முதற் பகுதியை அவர்கள் அமைதியாகக் கழித்திருப்பதைக் கண்டு நாம் வியப்புற வேண்டாம். ஆனால் சற்று நேரங்கழித்து உரக்க ஒருவருக்கொருவர் வினவலானார்கள். ஏதோ பூசையை முடித்துக்கொண்டு விரைவில் திரும்புவதாகச் சொன்னவன் இன்னும் நீண்டபொழுது அங்கே தாமதிப்பது ஏனோ? எழில்மிக்க நங்கை சீதை – நந்தனுக்குப் பின் அமர்ந்த சீதை – அவன் கழுத்தை நோக்குவதும் தன் மடியைப் பார்ப்பதுமாக இருந்தாள். அவன் எப்படி வாளா இருந்தானோ அப்படியே அவளும் இருந்தாள். அவனுடைய ஆட்டு மூக்கும் அவனுடைய தடித்த உதடுகளும் அவனுடைய வண்டிப் பக்கம் திரும்பியவண்ணமே இருந்தன. ஆனால் கடைசியாக அவரவர் இருந்த இடங்களிலே அவர்களுக்கு அமைதி ஏற்படவில்லை; நெளியத் தொடங்கிவிட்டார்கள். சிறிது நேரங்கழித்து மனத்தைச் சற்று உறுதிப்படுத்திக்கொண்டு நந்தன் அந்த இளம் நங்கை பக்கம் திரும்பி வினவலுற்றான்.

“ஏன் இப்படி அவன் நம்மை காக்கவைக்கின்றான்? அவ்வளவு நேரம் அங்கே அவன் என்ன செய்கின்றான்?” என்று கேட்டான் நண்பன் நந்தன்.

மெல்லிய இன்பக் குயிற்குரலில், “நந்தரே, ஸ்ரீதமன் எங்கே இருக்கிறார் என்று என்னால் கற்பனை செய்து கொள்ள முடியவில்லையே” என்று பதிலுரைத்தாள்.

இந்த மெல்லிய குரலைக் கேட்டவுடன் நந்தன் நடுக்குற்றான். தேவையில்லாதபொழுதே ‘நந்தன்’ என்று பெயராலும் அவள் அவனை அழைத்துவிட்டாள். அதனால் அவனுக்கு மிகுதியான அச்சம் ஏற்பட்டுவிட்டது.

"எனக்கே ஆச்சரியமாயிருக்கிறது. என்னைத் திரும்பிப் பார்த்து கேட்காதுபோனால் நானே இந்த வார்த்தையைக் கேட்டிருப்பேன்" என்று மீண்டும் தொடர்ந்தாள்.

இந்த விடையைக் கேட்டதும் வியப்பில் தன் தலையைச் சற்று அசைத்தான் நந்தன். நண்பன் வராத வியப்பு ஒருபால், அவள் வழங்கும் தேவையில்லாத சொற்களைத் தானும் வழங்கக்கூடாது என்ற ஓர் அச்சம் ஒருபால். திரும்பிப் பார்ப்பது என்ற சொல் ஒன்றே போதும், என்னைத் திரும்பிப் பார்ப்பது என்ற சொல் தக்கதேயாயினும் அது தேவையில்லை. ஆபத்தை விளைவிக்கக்கூடும்; அதுவும் ஸ்ரீதமன் வரவில்லையே என்று காத்துக்கொண்டிருந்த தருணத்தில் அந்த இனிய குரலில் பாவித்து இசைக்கக்கூடிய குரலில் – பேசினால் யாதாகுமோ?

நந்தன் விடையிறுக்கவில்லை. அவளைப்போல் பொருத்தமில்லாத இயல்பில்லாத குரலில் அவள் பெயரைச் சொல்லி அழைக்க நேரிடுமோ என்று அஞ்சினான். அவள்தான் வழி காண்பித்து விட்டாளே, தான் ஏன் அவ்வண்ணம் செய்யக்கூடாது என்ற எண்ணமும் அவனை இழுத்தது. ஆனால் சிறிதுநேரம் அமைதி நிலவிய பிறகு அவளே ஒரு யோசனை கூறினாள்.

"நான் சொல்வதைக் கேளும் நந்தரே. அவரைத் தேடி நீங்கள் போகவேண்டும். அவர் தியானத்தில் ஆழ்ந்திருந்தால் உங்கள் புயவலி கொண்டு சற்று அவரைத் தட்டி எழுப்புங்கள். இனி இங்கே மிகுதியான நேரம் தாமதிக்கக்கூடாது. இங்கே நம்மைக் காக்க வைப்பது அதிசயமாயிருக்கிறதே – ஞாயிறும் மேலே கிளம்பிவிடும். காலத்தை வீணே இங்குக் கழிப்பது அழகன்று. மேலும் வழியை இழந்ததனால் காலமும் மிகக் கடந்துபோய்விட்டது. என்னுடைய பெற்றோர் என்னைப்பற்றி மிகவும் கவலைப்படுவார்கள். இந்த உலகத்தில் மற்ற எதைக் காட்டிலும் என்னிடத்தில்தான் அவர்களுக்கு அளவுகடந்த அன்பு. நந்தரே, அவரைப்போய் அழைத்து வாரும். அவர் சற்று மறுத்தாலும் வலியவே அழைத்து வந்துவிடுங்கள். நீங்கள் அவரைவிட வலிவுள்ளவராயிற்றே" என்றாள் சீதை.

"நல்லது; நான் போய் அழைத்து வருகின்றேன். எல்லாம் நட்பு முறையில் தான் செய்வேன். நேரம் ஆகிவிட்டது

என்பதை அவனுக்கு நினைவுறுத்துவேன். வழி இழந்தது என் குற்றமே. நானே போகவேண்டுமென்று நினைத்ததுண்டு. நீங்கள் நீங்கள் தனியே காத்திருக்கக்கூடாது. அதற்குத்தான் இதுகாறும் அஞ்சினேன். சில கணங்கள் பொறுங்கள், நான் வந்துவிடுவேன்" என்று கூறினான் நந்தன்.

வண்டி ஓட்டுகிறவனுடைய இடத்திலிருந்து கீழே இறங்கி நந்தன் கோயிலுக்குள் போய்விட்டான். அங்கே என்ன காட்சி அவனுக்காகக் காத்திருக்கிறது என்பதை நாம் நன்கறிவோம். மண்டபத்தின் வழியாக நாம் அவனைப் பின் தொடரவேண்டும். மெய்ம்மறந்தே அவன் சென்றுகொண்டிருந்தான். வெளிப்புறத்திற்குச் சற்று அண்மையுள்ள உட்புறத்து அறைக்குள் புகுந்தான். கருப்பக் கிரகத்துக்குள்ளும் போய்விட்டான். இப்பொழுது அவன் தயங்கினான், தடுமாறினான், மருங்கிலுள்ள லிங்கங்களைப் பிடித்து, முயலுகின்ற நிலையில் ஒரு புகலரும் ஓலம் உதடுகளிலிருந்து எழுந்தது. இந்தக் கோரமான ஓலம். ஸ்ரீதமனைப்போல் அந்த அன்னையின் உருவத்தைப்பற்றியன்று; தரையில் விரிந்துகிடக்கும் பயங்கரமான காட்சியால் அது பிறந்தது. உடலிலிருந்து துண்டிக்கப்பட்ட அவனுடைய தலையும் அந்த உடலிலிருந்து பல வழிகளில் குழிக்குள் பெருகி ஓடுகின்ற குருதியும் தோன்றின.

அந்தோ...! ஒரு வேழத்தின் காதுபோல் நந்தன் நடுங்கினான். தன்னுடைய கன்னத்தைத் தன்னுடைய அணிகலன்கள் திகழ கைகளால் அணைத்துக்கொண்டான். அவனுடைய தடித்த உதடுகள் வாயிலாகத் தொண்டை அடைக்க அவனுடைய நண்பன் பெயர் திரும்பத் திரும்ப வந்துகொண்டிருந்தது. கீழே குனிந்தான்; ஒன்றுஞ் செய்வது ஓராது சில சலனங்களைச் செய்தான். ஸ்ரீதமனின் எந்தப் பாகத்தைத் தழுவுவது, எந்தப் பாகத்தைப் பார்த்து விளிப்பது என்பதை அறிந்தானில்லை. உண்மையிலேயே திண்ணமாக முக்கிய பாகமாயிருக்கும் அவன் சென்னிப் பக்கம் திரும்பினான். அந்த வெளிர்ந்த தலைப் பக்கம் மண்டியிட்டான். ஆட்டு மூக்குடைய தன்னுடைய தலையைச் சற்றுச் சாய்த்து வெம் கண்ணீர் உகுத்து அழுதான். ஒரு கையை உடலின்மீது வைத்து அதை அடிக்கடி புரட்டியபடியே பேசலுற்றான்.

"ஸ்ரீதமா! என்ன காரியம் செய்தாய்! அன்பார்ந்த நண்பனே! புரிதற்கரிய செயலை உன் கைகளாலும் புயங்களாலும் ஆற்றும் நிலையில் எப்படித்தான் உன்னை வைத்துக்கொண்டாயோ? சாதிக்க முடியாதது உனக்கு ஒன்றுமே இல்லையா? உன்னை ஒருவரும் தூண்டவில்லையே! எனினும் அதை முடித்துவிட்டாய். உன்னுடைய உயர்ந்த இயல்பை, ஆன்ம குணத்தை நான் வியந்தது உண்டு. கண்ணீர் வடித்தே உன் உயிரின் வலிமையைக் கண்டு இறும்பூது எய்துகின்றேன். செயற்கரிய செயலைப் புரிந்துவிட்டாய். இந்தச் செயலிற்கு உன்னை ஈர்த்துச்செல்ல உன் இதயத்தில் எந்த உணர்ச்சிப் புயல் அடித்ததோ யாதோ அறியேன்" என்று நந்தன் விம்மினான். "நீ உன்னை மாய்த்துக்கொள்வதற்கு முன் வள்ளல் தன்மையும் கையறு நிலை உணர்ச்சியும் மாறி மாறி உன் இதயத்தில் வேள்வித்தீயை வலம் வருவதற்குரிய நடனம்போலச் சென்றிருக்க வேண்டும். அந்தோ! அந்தோ! மிக நேர்த்தியான உடலிலிருந்து சிறப்புவாய்ந்த சென்னியைத் துணித்துவிட்டாயே. எந்த இடத்தில் மெல்லிய சதைப் பற்றுள்ள ஒன்று இருக்கவேண்டுமோ அந்த இடமாம் உன் உருண்டை முகத்தில் இன்னும் இலங்குகின்றது. ஆனால் அதில் உணர்ச்சி இல்லை, அறிவில்லை. உன்னுடைய சிறந்த சென்னியோடு அவற்றிற்கிருந்த தொடர்பு அறுந்து போய்விட்டது. நான்தான் குற்றவாளியா? உன் மரணத்தை நான்தானா விளைவித்தது? நான் இருப்பதாலா? என்னுடைய செயலா? உரைப்பாய். என் தலை என் உடல்மீது இருக்கிற காரணத்தால் அது சிந்திக்கின்றது. நீ எப்படி எண்ணுவாயோ அப்படி எண்ணுகின்றது. சாவைவிட நான் இருக்கிற நிலை குற்றமென்று உன் பழுத்த ஞானத்திற்குப்பட்டதோ? செயலைத் தடுப்பதைத்தவிர வேறென்ன ஒருவன் செய்யமுடியும்? குயில் போல் கூவுகின்றவளோடு எவ்வளவு தூரம் பேசாமலிருக்க வேண்டுமோ அப்படி நான் வாளா இருந்தேன். தேவையில்லாத சொல்லை நான் கூறவில்லையே. நான் அவளைப் பார்த்து அவள் பெயரைச் சொல்லி அழைக்கவில்லையே. இதற்குச் சான்று நானேயாகும். வேறு ஒருவரும் அங்கு இல்லையே. உன்மீது குறை அவள் கூறும் பொழுது நான் அந்த வாய்ப்பைப் பயன்படுத்திக் கொள்ளவில்லை. கடவுள் அறிவார். நான் இந்த உடலோடு இருப்பதே ஒரு பெரும் பிழைபோலும்.

நான் ஒரு பாலைவனத்திற்குச் சென்று துறவியாய் அவர்தம் கடுந்தவநெறியைப் பின்பற்றி இருக்கவேண்டும். உன்னிடமிருந்து ஒரு சொல் பிறப்பதற்குமுன்பே இதை நான் புரிந்திருக்கவேண்டும். அதை மிகப் பணிவுடன் ஒப்புக்கொள்கிறேன். உன் தலை உன் உடல்மீது திகழ்ந்திருந்த போதே, ஏ என் அருமைச் சென்னியே! அதை அறுத்துக் கீழே தள்ளுவதற்குமுன்பே நீ ஒரு மாற்றம் மொழிந்திருக்கக்கூடாதா? எஞ்ஞான்றுமே நம் இரு சென்னிகளும் உரையாடிக்கொண்டே இருக்குமே? உன்னுடைய சென்னி அறிவொளியுள்ளது; என் சென்னியில் அறிவொளி ஏது? அது ஒன்றும் அறியாதது. நம்மைப் பாதிக்கக்கூடிய மிகத் தீவிரமாயுள்ளதும் பேரின்னலை விளைவிக்கக் கூடியதுமான ஒன்றில் மட்டும் நீ மௌனம் சாதித்துவிட்டாயே! இனிப் புலம்புவதில் யாது பயன்; எல்லாம் முடிந்துபோய்விட்டன. நீ என்னோடு மொழிந்தாயில்லை. மிகப் பெருந்தன்மையுடன் ஆனால் இரக்கமற்ற ஒரு செயலைப் புரிந்துவிட்டாய். நான் எப்படி நடக்கவேண்டும் என்ற நெறியை எனக்குக் காண்பித்துவிட்டாய். நான் உன்பால் பொய்த்துவிடுவேன் என்பதை நீ நம்பமாட்டாய். உன் மெல்லிய கரங்கள் புரிந்ததை என் வலிய கைகள் ஆற்றுவதற்குத் தயங்குமோ, உன்னைப் பிரிந்து உயிர் வாழேன் என்று முன்பே உரைத்தேன் அன்றோ? உன்னுடைய காதல் நோயில் ஒரு சிதையை அமைக்கச் சொன்னாய். நான் அப்படி அடுக்குவதாயிருந்தால் இரண்டு பேர்களுக்கும் அமைத்து உன் பக்கலில் அமர்வேன் என்று நான் சாற்றினேன். என்ன நடந்தே தீரும் என்பதை நான் முன்பே அறிவேன். உன்னை வந்து பார்த்தபொழுது குழம்பிய மனத்திலிருந்து எல்லாம் எனக்கு நன்றாய்த் தெளிவாகிவிட்டது. 'உன்னை' என்பது உன் உடலையும் அதன் பக்கலில் உள்ள சென்னியையும் சுட்டும்.

ஒரு கணத்தில் நந்தன் தீர்மானம் செய்துவிட்டான். நான் உன்னோடு எரிந்து சாம்பலாய்ப் போய்விடுவேன் என்று கூறினேன் அன்றோ. நான் இப்பொழுது என் குருதியைச் சிந்தி மடியப் போகின்றேன். நான் அவளிடம் போய் நீ புரிந்த செய்தியைச் செப்பவா? அவளுடைய கோரமான ஓலங்களில் அவள் தன்னுடைய கள்ளக் களிப்பைப் புலப்படுத்தாமல் போகாள். கறைபட்ட பெயருடன் நான் உலகில் உலாவுவதா? மக்கள் மொழிவார்கள் – மொழியத்தான் செய்வார்கள். அந்தக்

கொடிய நந்தன் – பாதகன் – தன் நண்பன்பால் பெருந் தீங்கை விளைவித்துவிட்டான். அவன் மனைவிபால் வைத்த அளவுகடந்த காமத்தால் – அவனை நந்தன் கொன்றுவிட்டான் என்ற அவச்சொல் வெடித்து எழுந்துவிடுமே. அப்படிச் செய்யமாட்டேன்; ஒருக்காலும் அப்படிச் செய்யமாட்டேன். நான் உன்னைப் பின்தொடர்வேன். அந்த பராசக்தி அன்னையின் அழிவற்ற கருப்பத்தில் உன் ரத்தம்போல் என்னுடைய குருதியும் பாயட்டும்."

இப்படி உரைத்தபடி அவனது தலையிலிருந்து அவனுடைய உடற் பக்கம் திரும்பினான். அவனுடைய விறைத்துப் கொண்டிருக்கிற கைவிரல்களினின்றும் வாளினை அகற்றினான். தன்மீது தானே வகுத்துக்கொண்ட குற்றச்சாட்டைத் தானே தன்னுடைய வலிமைமிக்கக் கரங்களாலே நிறைவேற்றி விட்டான். முதன்முதலாகக் குறிப்பிட வேண்டுமானால் அவன் உடல் ஸ்ரீதமன் உடல்மீது சாய்ந்தது; அவனுடைய கள்ளமறியாத் தலை தன் நண்பனின் பக்கத்தில் கண்கள் மூடியபடியே உருண்டுபோய் விழுந்தது. ஆனால் அவன் குருதியும் விரைவாய்ப் பீறிட்டுக் கடுஞ் சீற்றத்துடன் பெருகி வாய்க்கால்கள் வழியாக மெல்லக் கசிந்து அந்தக் குழியின் வாயிலில் போய் விழுந்தது.

7

இதற்கிடையே சீதை (உழுபடைச் சுவடு) திரையால் கூடாரம்போல் மூடப்பட்ட வண்டிக்கு வெளியிலே தனியாக அமர்ந்திருந்தாள். நந்தன் கழுத்தின் பின் பக்கத்தைக்கூடப் பார்ப்பதற்கு வாய்ப்பில்லாததால் நேரம் நீண்டு வளர்வதுபோல் அவளுக்குத் தோன்றிற்று. மிகச் சாதாரணமான வேதனை உணர்ச்சிகளுக்கு அவள் அடிமையாகிவிட்டாள். ஆனால் அந்தக் கழுத்திற்கு யாதாகிவிட்டதோ என்பதை அவள் கனவுகூட காணவில்லை. கைகால்களைச் சற்று உதறிக்கொண்டாள். சிடுசிடுப்பு மிகுதியாகவே இருந்தது. இது சில எதிர்பாராத நிகழ்ச்சிகளால் ஏற்படக்கூடியதே. ஆனால் அவளுடைய இதயத்தின் அடித்தளத்தில் ஓர் ஐயம் கிளர்ந்தெழுந்திருக்க வேண்டும். ஏதோ பயங்கரமான செய்தியைச் சுட்டக்கூடிய ஐயமாகத்தான் இருக்க வேண்டும். தாமதத்திற்கு ஒரு விளக்கம் வேண்டுமே. சற்றுப் பொறுமை இழத்தலும் சற்றுத் தொந்தரவு அடைதலும் இந்நிலையில் பொருத்தமே. இனி இங்கு இருக்க இயலாது. ஏனெனில் வெறும் கைகால்களை உதறி நிற்பதோடுகூட இது நிற்கவில்லை. இவற்றைக் கடந்த நிலைதான் அது. சீதை ஏதோ ஒரு சூழ்நிலையில் வளர்ந்து வந்திருக்கிறாள். அவளுடைய அனுபவங்களும் வேறு வகையின. இவற்றை மிகைப்படுத்தாமல் சாதாரணமாகக் கூறினாலும் ஒரு தனிப்பட்ட இயல்பு வாய்ந்தவை. மனித இனத்தின் இயல்பைக் கடந்தவை என்றுதான் இயம்பவேண்டும். ஆனால் இப்பொழுது தன்னோடு பேசிக்கொண்டிருக்கிற விஷயங்களில் இத்தகைய அபூர்வமான அனுபவங்கள் நுழையவில்லை.

சொல்லுவதற்குக்கூட முடியவில்லையே; இதை யார் பொறுப்பார்கள், சகிப்பார்கள் என்று எண்ணினாள் சீதை. 'ஆடவர்கள் எல்லோருமே ஒருவரைப் பார்த்தது

போல் மற்றவர்களும் அப்படியே இருக்கின்றார்கள். ஒருவர் மற்றவரோடு தனித்து அமரும்படிச் செய்து என்னை விட்டுப்போய்விட்டார். அப்படிச் செய்ததற்காக அது வேண்டும் அவருக்கு. அது யாதோ யான் அறியேன். மற்றவரை அனுப்பி நீ தனியாய் அமர்ந்திருக்கிறாய். ஞாயிறோ உச்சிக்குப் போய்க்கொண்டிருக்கும். மேலும் ஏற்கெனவே மிகுதியான நேரம் கழிந்துவிட்டது. சீற்றத்தில் என் உடலைவிட்டுப் பறந்துபோய் விடுவதுபோல எனக்குப் படுகின்றது. எந்த வகையில் நின்று நிதானமாய் யோசித்தாலும் பிழையை மன்னிப்பதற்கு யாதொரு இடமுமில்லை. ஒருவர் மறைந்துவிட்டார்; அதோடுகூட மற்றவரும் மறைந்து விட்டனரே. இருவரும் ஒரு பூசலில் ஆழ்ந்துவிட்டனரா? இப்படித்தான் இருக்கும் என்ற அளவுக்குத் தான் என் மனம் செல்லுகின்றது. என் கணவர் தியானத்தில் ஆழ்ந்துவிட்டார். அவருடைய தியானத்தை அவர் கலைப்பதற்கு முயன்றிருக்க வேண்டும். என் கணவரின் உடல் வலிவுள்ளதன்று. அதைக் கருதித்தான் நந்தர் வாளா இருந்தாரா? தம்முடைய முழுவலிவையும் பயன்படுத்தியிருக்க மாட்டார்; அப்படிச் செய்திருந்தால் அவரைக் கையில் ஒரு குழந்தையை எடுத்துவரும் முறையில் தூக்கிக்கொண்டே வந்திருப்பாரே. அது என் கணவருக்கு நாணத்தை விளைவித்துவிடும். யாராவது அவருடைய உடலைத் தொட்டால் அது இரும்புபோல் உறுதியானது என்பதை உணர்ந்திருப்பார். அத்தனை வலிமை வாய்ந்தது அவருடைய உடல். இப்பொழுது இருக்கிற அரித்துத் தின்னும் வேதனை, அப்படி அவர் செய்திருந்தாலும் நன்றாயிருக்கும் என்று எண்ணும்படித் தூண்டுகிறது. இரண்டு பெயர்களுக்கும் ஒரு சூடு கொடுக்கிறேன். நானே மாட்டுக் கயிறையேந்தி என்னுடைய பெற்றோர்களிடம் வண்டியைத் தனித்தே ஓட்டிச் செல்லுவேன். நீங்கள் இங்கே வந்து பார்த்தால் ஒருவரும் இருக்க மாட்டார்கள். தனித்துப்போவது – கணவரில்லாமலும், அவர் நண்பர் இல்லாமலும் தனித்துப்போவது, ஓர் இன்னல் விளைவிக்காமல் போகுமாயின் நான் செல்லுவேன். இருவருந்தான் என்னைவிட்டுப் போய்விட்டார்களே. இப்பொழுது இந்த நிலையில் நான் என்ன செய்யக்கூடும்? – இப்பொழுதோ நேரமாகிவிட்டது. என்னதான் செய்து கொண்டிருக்கிறார்கள் அவ்விருவரும் இந்த நீள் உலகில்,

என்பதைக் காண நான் அவர்களைத் தொடர்ந்து போவேன். என் மனம் கலவரமடைகின்றது. நானோ சூல் கொண்டிருக்கிறேன். அவர்களுடைய விசித்திரமான நடத்தையை என்னால் அறிந்து கொள்ள முடியவில்லை. அந்த நடத்தைக்குப் பின் யாது கலந்து இருக்குமோ தெரிந்திலேன். மிகவும் கெடுதலாக நினைக்குமிடத்து அவர்கள் பூசலிட்டார்களோ என்று தோன்றுகிறது. அந்தப் பூசல்தான் அவர்களைத் தாமதிக்கும்படி செய்கின்றது போலும். நான் உள்ளே புகுந்து சண்டையை விலக்குவேன்' என்று எண்ணினாள்.

இப்படிச் சிந்தித்த வண்ணமே எழில்மிக்க சீதை தன் வண்டியிலிருந்து இறங்கினாள். அவளுடைய மருங்குல்கள் அவள் அணிந்துகொண்டிருக்கிற ஆடையின் கீழ் அலைகள்போல் ஆடின. கோயிலுக்குள் நுழைந்தாள். பதினைந்து நொடிகளில் மிகக் கோரமான காட்சி அவள் கண்முன் நின்றுவிட்டது.

கைகளை உதறினாள்; உதறினாள்; அவளுடைய கண்கள் அவைதம் குழிகளிலிருந்து தெறித்து வெளியிலே வந்துவிடும் போல இருந்தன. ஐம்புல உணர்ச்சி அற்றுத் தரைமீது அப்படியே சாய்ந்துவிட்டாள். அது என்ன உதவியைப் புரியப்போகின்றது. அங்கே அப்படியே அவள் காத்திருந்தாலும் அந்நிலையும் அப்படியேதானே இருக்கும். இன்பம் இழந்த சீதைக்குத் தன் உணர்ச்சி வற்றும். அந்தக் காட்சி அப்படியேதானே இருக்கும். மயக்கம் போட்டு மீண்டும் கீழே விழ இருந்தாள். அவளுடைய நல்ல உடல் இடந் தரவில்லை. கூந்தலில் தன் விரல்கள் பதிய அப்படியே கல் தரையில் கிடந்தாள். துண்டிக்கப்பட்ட தலைகளை நோக்கிய வண்ணமாயிருந்தாள். அவர்களுடைய உடல்கள் ஒன்றன்மீது ஒன்றாய்க் கிடப்பதைக் கண்ணுற்றாள்; குருதி கசிந்துகொண்டே இருந்தது.

“தெய்வங்காள், இருடிகளே, துறவிகளே, நான் அழிந்தே போய்விட்டேன். இருவருமா ஒரே களத்தில்? அந்தோ!” என்று ‘உதடுகள் நீலம் பூக்க விம்மி அழுதாள்’. ‘என் வாழ்வு முடிந்து போய்விட்டது. என் தலைவா – என் அருமருந்த ஸ்ரீதமரே! எவ்வளவு சிறப்பு வாய்ந்தது அவருடைய தலை!எனக்குக் காதல் இன்பத்தை இரவுகளில் அளித்தவர். அவருடைய இன்பம் மிக்க உடல் வெப்பத்தை நான் இழந்தேனே. உடலிலிருந்த தலையைத்

துண்டித்துக்கொண்டு போய்விட்டாரே. நந்தனரைப் பற்றி என்ன சொல்லுவேன் – என்னை ஞாயிறு பால் எறிந்தாரே. ஸ்ரீதமருக்காக மணப் பேச்சு முடித்தாரே. அவரும் தன் தலையை வெட்டிக்கொண்டு மாண்டார். அவருடைய உடலிலிருந்து குருதி பெருகுகின்றதே. அதோ கிடக்கின்றாரே; அவருடைய கன்று வடிவங்கொண்ட தாயத்து இன்னும் அவருடைய மார்பில் விளங்கிக் கொண்டுதான் இருக்கிறது. 'எப்படிச் சிரித்துச் சிரித்துப் பேசி இன்பத்தை ஊட்டுபவர்; இப்பொழுது தலைஅற்றுக் கிடக்கின்றது அவருடைய உடல். அவரைத் தொட்டு, ஆற்றல்மிக்கவும் அழகு வாய்ந்ததுவுமான புயங்களையும் தொடைகளையும் நுகர விரும்பியதுண்டு. அதைப்பற்றி நான் கவலைப்படவில்லை. மரணமும் பெருகிவரும் குருதியும் குறுக்கே நிற்கின்றன. அவர்பால் வைத்த காமத்தை முன்பு தடுத்தவை 'நட்பும் குலமகள் கொள்ளும் கௌரவமும் நாணமும். ஒருவரை ஒருவர் வெட்டி மடிந்தார்களா? காரணம் எனக்குத் தெரியும். அதை நான் மறைக்கவில்லை. நெய்சொரிந்த தீபோல் அவர்களுடைய சீற்றம் கொழுந்துவிட்டெரிந்திருக்கவேண்டும். இந்தப் போட்டிதான் இந்தக் கொடுந் தீச்செயலுக்கு அவர்களை இழுத்துச் சென்றதா? எல்லாம் எனக்கு நன்றாய் விளங்குகின்றன. ஒரு வாள்தானே இருக்கிறது. நந்தனார் கையில் ஏந்தியிருக்கிறாரே. ஒரு வாளை வைத்துக்கொண்டு எப்படிச் சண்டை போட்டிருக்கக்கூடும். அவர் தம்முடைய அறிவு, ஞானம், அமைதியான இயல்பு, இவற்றை மறந்து நந்தனார் தலையைத் துண்டித்துவிட்டாரா? அது இருக்கமுடியாது. நந்தனார் தாம் அப்படிச் செய்திருக்கக்கூடும். காரணங்களை நினைத்துப் பார்த்தாலே என் உடல் நடுங்குகின்றதே. ஸ்ரீதமராக இருக்க முடியாது, இருக்க முடியாது, இருக்க முடியாது. இதைப்பற்றிச் சிந்திப்பதால் யாது பயன். இங்கே என்ன இருக்கிறது குருதியைத் தவிர, இருளடைந்த இந்தப் பயங்கரமான இடத்திலுள்ள இருளைத் தவிர.

"ஒன்றுமட்டும் தெளிவாக இருக்கிறது. காட்டுறை விலங்கனைய மக்கள்போல் அவர்கள் நடந்துகொண்டுவிட்டார்கள். ஒரு கணம்கூட என்னைப்பற்றி நினைத்தார்களில்லை. ஏன்; என்னைப்பற்றி நினைத்திருக்கவும் கூடும். இந்தப் பயங்கரமான செயல் – ஆடவர்களின் செயல் – என் பொருட்டுத்தான்

இருக்கவேண்டும். நான் என்ன செய்வேன்? ஏழை நான் என்ன செய்வேன்? அதை நினைக்கும்பொழுதே என் உடல் நடுங்குகின்றதே. தங்கள் சம்பந்தப்பட்டவரையில் என்னைப்பற்றி நினைத்தார்களே தவிர என்னுடைய நலத்தைக் கருதினார்கள் இல்லை. எனக்கு யாதாகுமோ என்ற எண்ணம் எப்படி அவர்களுடைய வெறியில் அவர்களுடைய மனத்தில் புகுந்திருக்கக்கூடும். தலைகள் போய்க் கிடக்கிறவர்கள் எப்படி என்னைப்பற்றிச் சிந்திக்கக்கூடும்? அதைப்போலவே அந்த வெறியில் நடந்துகொண்டார்கள். நான் இனிமேல் என்ன செய்யக்கூடும், என்ன செய்வதற்கு இருக்கிறது. நான்தான் அறவே அழிந்துபோய்விட்டேனே. நான் ஒரு கைம்பெண்ணாக உயிர் வாழ்வதா? எல்லோரும் என்னைப் புறக்கணிப்பார்கள். கணவன்பால் நான் தக்கவாறு நடந்துகொள்ளாததால் என் கணவர் இறந்தார் என்ற அவச்சொல் எங்கும் நிலவும். நான் தன்னந்தனியாய் என் தந்தை வீட்டிற்குச் சென்றாலும் என் மாமனார் வீட்டிற்கு ஏகினாலும் என்மீது மாசு படரத்தானே செய்யும். ஒரே வாள்தானே இருந்தது. அதைக்கொண்டு வெட்டி மடிய இயலாது. மூன்றாவதாக நான்தானே இருக்கிறேன். அந்தப் பழி என்னைத்தானே சூழும். நான் ஓர் உதவாக்கரை. நான்தான் என் கணவனையும், தம்பிபோல் பழகின வரையும் எனக்கு மைத்துனராயிருந்தவரையும் மாய்த்துவிட்டேன் என்று உலகம் உரைக்கும். ஆதாரமாம் சங்கிலித் தொடர்பு முழுதும் நன்றாய் அமைந்துவிட்டது. அது உண்மையில்லை. ஆனால் ஒரு முடிவு கட்டினதுபோல் அது விளங்குகின்றதே. எனக்கு நான் குற்றம் இழைக்காதவளாயிருந்தாலும் இந்தப் பழியாம் சூட்டை எனக்குப் போட்டுவிடுவார்கள்.

"நான் குற்றம் புரியாதவளா? அப்படி ஒன்றும் கூறுவதற்கில்லை. பொய் புகலுவதால் ஏதாவது பொருள் இருக்கலாம். ஆனால் இந்நிலையில் அதுவும் இல்லை. நான் குற்றமற்றவள் இல்லை. குற்றமற்றவளாக நீண்ட காலமாகவும் இருந்ததில்லை. நான் ஒன்றுக்கும் பயன்படாதவள் என்பதற்கு ஏதோ ஒன்று இருக்கிறது. ஏன்; மிகுதியாகவே இருக்கிறது. ஊரில் நினைக்கிறபடி அவ்வளவு அதிகமாயில்லாமலிருக்கலாம். தவறிப்போன நியாயம் என்பது ஒன்று இருக்கிறதா? அதை நான் நிறைவேற்றவேண்டும். அதை என்மீதே செலுத்திக் கொள்வேன்.

உலகத்தில் என்னைப் பிணைத்து வைக்க யாதொன்றும் இல்லை. அவர்களைப் பின்தொடர்வதைவிட எனக்கு என்ன இருக்கக்கூடும். என் சிறு கைகளால் வாளை வீசுவது இயலாத காரியம். மேலும் உடலோடு தொடர்புள்ள அவை அதைச் சேதிக்க நடுங்குகின்றன. அவனுடைய மடிப்புக்களை, உள்ளங்கவரும் உடல் மடிப்புக்களை மாய்க்கவா? அவை பலவீனத்தைத் தவிர பிறிதில்லை. என்றாலும் உடலின் அழகைக் கண்டு இரங்க வேண்டாமா? இங்கே கிடக்கிற உருவங்கள்போல் இது உயிரற்று விறைக்கத்தான் வேண்டும். இனிமேல் அது ஆசையையோ அழிகாமத்தையோ எழுப்பப் போகிறதில்லை. உடலைச் சிதைக்கத்தான் வேண்டும். பலி இப்பொழுது நாலாகிவிடும். ஆனால் என்ன? வாழ்வில் அது என்ன பெறப் போகின்றது, அந்த அனாதைக் குழந்தை தீய ஊழால் அது முடமாகிப் போய்விடும்; வெளுத்தும் குரூபியுமாக அது போகத்தான் செய்யும். ஏனெனில் அது கருவுறும் தருணத்தில் நான் துயருற்று முகம் வெளுத்தும் போனேன். மேலும், அந்தக் குழந்தையைக் கருப்பத்தில் உண்டு பண்ணினவரைப் பார்க்காமல் கண்களை மூடிக்கொண்டுவிட்டேன். நான் எனக்கு என்ன செய்துகொள்வது என்பது எனக்குத் தெரியும். அவர்கள் புரிந்ததையே நானும் செய்யப்போகின்றேன். அதை நிறைவேற்றிக்கொள்ளும் உபாயத்தை நான் அறிவேன்" என்று சிந்தையில் ஆழ்ந்தாள்.

தன்னை நிமிர்த்துக்கொண்டு அங்கும் இங்கும் தள்ளாடினாள். கோயில் படிக்கட்டுகளில் தடுமாறினாள். தன்னை மாய்த்துக் கொள்ள வேண்டும் என்ற திண்மையான நோக்கத்துடன் கோயிலைவிட்டு அகன்று வெட்டவெளிக்கு விரைந்தாள். அந்தக் கோயிலுக்குமுன் ஓர் அத்திமரம் இருந்தது. அதில் திராட்சைக் கொடிகள் தொங்கிக் கொண்டிருந்தன. அவற்றில் ஒன்றைப்பற்றி தூக்குக்கயிறு ஒன்றை வளைத்து அதைக் கழுத்தில் சுற்றிக்கொண்டு கழுத்தை முறித்துக் கொள்ளும் செயலில் இறங்குவதற்கு ஆயத்தமாயிருந்தாள்.

8

அக்கணத்தில் விண்ணிலிருந்து அவள் செவிக்குப் புலனாகும்படி ஒரு குரல் எழுந்தது; அது தேவி துர்க்கையின் குரலைத் தவிர பிறிதில்லை. அவளோ யாவரும் நண்ணுவதற்கியலாதவள். அது சியாமளாவான உலக அன்னையின் – காளியின் குரலேயாகும். அது ஓர் ஆழ்ந்த கடும் குரலாய் ஒலித்தது. அக்குரலில் ஓர் அன்னையின் அழுத்தமிருந்தது. “அறிவிலா மந்தியே, நீ புரியப் போகும் செயலைச் சற்று நிறுத்தமாட்டாயா?” என்று உரைத்தது அக்குரல். “என்னுடைய சேய்களின் குருதியைச் சிந்தினது போதாதா அதோ அது ஓடுகின்றதே வாய்க்கால்கள் வழியாக! என்னுடைய மரத்தையும் அழிக்கப் பார்க்கின்றாயா? உன்னுடைய உடல் என்னுடைய பழுதற்ற பாதி வடிவமாயிற்றே. அதை மாய்த்துக் காகங்களுக்கு இரையாக்கப் பார்க்கின்றாயே? மிக உயர்ந்த இன்பமிக்க வாழ்வாம் விதை உன்னிடத்தே வளர்ந்து வருகின்றது. அதையும் சிதைக்கக் கருதுகின்றாய். நீ தற்கொலை செய்து கொள்ளும் காலத்தைத் தவறவிட்டாய்;என்னுடைய குழந்தை உன்னிடம் வருவதை எதிர்பார்ப்பதை நீ உணரவில்லையா? மங்கையர் சம்பந்தமான அலுவல்களில் இரண்டும் இரண்டும் கூட்டி நான்கு என்று தெரியாத ஒரு மூளியானால், நீ தற்கொலை செய்துகொள். ஆனால் என் எல்லையில் அதைப் புரிந்துவிடாதே. உன்னுடைய அறிவின்மையால் எல்லா ஆருயிரனைத்தும் மாண்டு இவ்வுலகத்தை விட்டுப் போய்விடவேண்டும் என்று தோன்றும்படி செய்யற்க. போலி வேதாந்திகள் சொல்லிச் சொல்லி என் காதுகள் புளித்துப் போய் விட்டன. அவர்கள் வாழ்வை ஒரு நோயெனக் கருதுகின்றார்கள். அந் நோய் கழி காமத்தில் பரம்பரை பரம்பரையாக வந்து கொண்டிருக்கிறதாம். அறிவிலி, நீயுமா என்னிடத்தில் இத்தகைய திருவிளையாடல் புரியலாம் என்று எண்ணுகின்றாய்? சுருக்கிலிருந்து உன்

கழுத்தை எடுத்துக் கொள்ளுகின்றாயா? அல்லது உன் கன்னங்களில் அறை கொடுப்பேன்."

"தூய அன்னை பராசக்தியே, திண்ணமாக உன் அடிபணிந்து உன் சொற்கேட்பேன். உன்றன் இடி முழக்கக் குரலைச் செவிமடுக்கின்றேன். கையறு நிலையில் நான் செய்யத் துணிந்த செயலை நீ கட்டளையிட்ட வண்ணமே நான் ஆற்றமாட்டேன். என்னுடைய நிலையை நான் உணரவில்லை. நீதான் என்னை அந்தத் தீச்செயலில் நிறுத்தி என்மீது உன் அருளைச் சொரிந்தாய் என்பதை நான் அறிந்து கொள்ளாதவரையில் எனக்கோர் அரண் நான் அமைத்துக் கொள்ளத்தானே வேண்டும். என் கருப்பத்தில் இருக்கிற ஒன்று வெளுத்துக் கண் அவிந்து திருவற்ற குழந்தையாய்ப் பிறந்துவிடும் என்றுதான் நான் எண்ணினேன்."

வனப்புமிக்க சீதை அழத் தொடங்கினாள்; விம்மிய வண்ணமே விடையிறுத்தாள். "தெய்வ அன்னையே, அதை நான் அறிவேன்; என் குற்றத்தை உன்னிடம் ஒளிக்காமற் கூறிவிடுகிறேன். அந்தக் குற்றத்தை என்னால் விலக்க முடியவில்லை. எனக்குற்ற தவிர்க்க முடியாத தீய ஊழாய் அது அமைந்துவிட்டது. எனக்குச் சொல்ல அனுமதி தந்தால் என் தலையெழுத்துதான் அது என்று சொல்லிவிடுவேன்." (இப்படி மொழிந்தபடி பல தடவைகள் விம்மினாள்)

"என் தந்தையுடன் அமைதியாக நான் வாழ்ந்து வந்தேன். நான் என் கணவனைக் கூடி உன் ரகசியங்களில் புகுத்தப்படுகிறவரையில் நான் ஒன்றும் அறிந்திலேன். வாய்பேசாத, ஒன்றுந் தெரியாத, துள்ளி விளையாடும் சிறுமியாயிருந்தேன். நஞ்சனைய ஊழ்குறுக்கிட்டு எனக்குப் பெருங்கேட்டை விளைவித்துவிட்டது. நான் ஒருவனுக்கு மனைவியாகிவிட்டேன். இதுதான் என் திருவற்ற நிலை. இன்பமாய்க் கவலையற்று இருந்த எனக்கு நஞ்சனைய பழங்களை அருந்துகிறதுபோல ஏற்பட்டுவிட்டது. என்னை முற்றிலும் மாற்றிவிட்டது. பாவச் செயலிலும் ஓர் அகற்றமுடியாத இன்பம் இருக்கிறதன்றோ? விழித்து என் ஐம்புலன்கள் மீது அது ஆட்சிபுரியத் தொடங்கிற்று. கள்ளம் கபடமறியா என் கல்லா இளமை மீண்டு வரும்படி விரும்ப என்னால் முடியாது. அது இயலவே இயலாது. ஒருவருக்கும் அது முடியாதென்பது

உண்மையே. நான் துடுக்குள்ள கன்னியாய்த் திரிந்த பொழுது ஆடவனை அறியேன்; அவனை நோக்கினதுமில்லை. அவன் என் சிந்தையின் அமைதியைக் குலைக்கவில்லை. அவனுடைய தளை எனக்கு யாதொன்றுமில்லை. அவன் தரும் ரகசியங்களைத் துருவி அறிய வேண்டுமென்ற அரித்துத் தின்னும் அவாவும் எனக்கில்லை. அவனைக் கண்டு நகையாடி வேடிக்கையான சொற்களைக் கூறி என் துடுக்கான நெறியில் சென்றேன். ஓர் ஆடவனின் மார்பகத்தைப் பார்த்து நான் நாணமுற்றேனா? அல்லது அவனுடைய கைகால்களைக் கண்டு என் கண்கள் காதல் தீயில் கொதித்தெழுந்தனவா? இல்லை; இவையாவும் எனக்கு ஒன்றுமே இல்லை. இறையளவும் என்னுடைய குளிர்ந்த மன அமைதியைக் குலைக்கவே இல்லை. நான் ஒரு திறக்கப்படாத – மூடி வைக்கப்பட்ட நூல் போலத் திகழ்ந்தேன்.

"கோகுலத்திலிருந்து ஓர் இளைஞன் வந்தான். அவன் சப்பை மூக்கையும் கருங்கண்களையும் பார்த்தால் ஓர் அபூர்வ உருவம் அமைந்ததுபோல நமக்குத் தோன்றும். நந்தன் என்ற பெயருடையான், செங்கதிர்ச் செல்வனுக்குரிய திருவிழாவில் என்னைத் தூக்கிப் பரிதியின்பால் எறிந்தான். அப்பொழுதும் என்மீது காமத்தீயின் அனல் வீசவில்லை. அனல் காற்று என்னை இன்பமாய்த் தழுவுவதுபோலத் தோன்றிற்று. இதைத் தவிர வேறு உணர்ச்சி எனக்கில்லை. அவனுக்கு நான் காட்டிய நன்றி அவன் மூக்கைப் பிடித்துச் சற்று இழுத்ததே. பிறகு அவருடைய நண்பர் – என்னை மனைவியாக அணைய இருக்கும் ஸ்ரீதமருக்காக மணவினை பேசவந்தார். நந்தன்தான் இருந்தார். அவரில்லை. என்னுடைய பெற்றோர் அதற்கு இணங்கினார்கள். இதிலிருந்து சற்று எல்லாம் தொடங்கிவிட்டன. அது என்னுடைய இன்பமற்ற வாழ்க்கையின் மாறத் தொடக்கமாகும்.

"நந்தன் இருந்தார் என்று சொன்னேன் அன்றோ? அவர் எப்பொழுதுமே இருந்தார். மணத்திற்கு முன்பும் மணவிருந்து நடக்கின்றபொழுதும் நாங்கள் தீவலம் வந்த பொழுதும் பிறகுங்கூட அவர் இருந்தார். பகலெல்லாம் எங்களை விட்டகலவில்லை. அவர் இரவில் இருக்க முடியாதன்றோ? நான் என் கணவரோடு உறங்குகின்றபொழுது அவர் எப்படி இருக்கமுடியும். நாங்கள் இருவரும் முதன்முதலாக மணமலர்ச்சேர்க்கையில் தெய்வங்கள் போலச் சந்தித்தோம்.

தம்முடைய ஆண்மைவலி கொண்டு, மூடின பேழைபோல இருந்த என்னைத் திறந்துவிட்டார். யாதோர் அனுபவமும் இல்லாத என்னுடைய தூய கன்னிப்பருவ இயலுக்கு – அக்காலத்தில் துடுக்காய் கவலையற்றுத் திரிந்த என்னுடைய கன்னித்தன்மைக்கு – முற்றுப்புள்ளி வைத்துவிட்டார். அது அவருக்கு முடியாததா? ஏன் முடியாது. அவர்தாம் அன்னை நீ பெற்ற மைந்தனாயிற்றே. எங்களுடைய உடற் சேர்க்கைக்கு எவ்வண்ணம் ஓர் உயர்ந்த தெய்வத் தன்மையை அளிக்கக்கூடும் என்பதை அவர் உணர்வார். அவரை நான் நேசிப்பதற்கும் அவரைக் கௌரவிப்பதற்கும் அவரைக் கண்டு பயபக்தியோடு இருப்பதற்கும் குறுக்கே யாதொன்றுமில்லை. உயர்வற உயர்ந்த தெய்வ அன்னையே! என்னுடைய தலைவரான என் கணவரை நேசிக்காமலிருப்பதற்கும் பயந்து அடிபணிந்து போற்றாமலிருப்பதற்கும் அப்படி நான் அமையவில்லை என்பது தேவி, நீ அறிந்த விஷயந்தானே.

அவரைக் கண்டு அஞ்சுகின்றேன். அவரைக் கௌரவிக்கின்றேன். எவ்வளவு சிறப்பு வாய்ந்த சென்னி அவருடைய சென்னி! அவருடைய தாடியும் அவருடைய கண்களைப் போலவும் அவற்றின் இதழ்கள் போலவும் மென்மை வாய்ந்தது. அவருடைய உடலே அத்தலைக்கேற்ற உடலாகும். நான் மரியாதையெல்லாம் காட்ட வேண்டியது உண்மைதான். ஆனால் என்னை ஒரு மனைவியாக்கிக் காதல் வெப்ப உணர்ச்சியே சிறிதும் அறியாத குளிர் நிழல் பரப்பும் கன்னியான என்னை, இன்பமிக்க; ஆனால், பயங்கரமான ஐம்புல மர்மங்களில் புகுத்துவதற்குரிய தக்க மனிதரா அவர் என்பதுதான் என் உள்ளம் கேட்டு ஏங்கிற்று. அது அவருக்குத் தகுந்ததன்று என்பது எஞ்ஞான்றும் எனக்குத் தோன்றிக்கொண்டே இருந்தது. அவருடைய பழுத்த ஞானத்திற்கு இத்தகைய ஐம்புலச் செயல் பொருந்தாச் செயலாகும். புதுமண நறவு நாட்களில் அவருடைய உடல் என்னுடைய உடலைத் தழுவ எழுந்தபோது அவருடைய சிறந்த பண்பாட்டிற்கும் இது ஒரு நாணத்தை நல்கும் என்று எனக்குப் புலப்பட்டது. அவருடைய பண்பாட்டை இழிவுபடுத்தும் என்றே எண்ணினேன். என்னுடைய பால் உணர்ச்சியும், தூண்டப்பட்ட பொழுது அவ்வண்ணமே நான் கருதினேன்.

அப்படித்தான் எல்லாம் அமைந்தன; என்னை இடித்துக் கூறுவாய்; எனக்குற்ற தண்டனையை விதிப்பாய். எதையும் ஒளிக்காமல் இந்த அச்சுறுத்தும் வேளையில் நீ படைத்த நான் உன் முன்னிலையில் அவ்வண்ணமே நிகழ்ந்தன என்பதை ஒப்புக் கொள்ளுகிறேன். எல்லாம் அறிந்த நீ இவ்வனைத்தையும் உணர்வாய் என்பதை நினைவுறுத்துகின்றேன். பெருந்தன்மை வாய்ந்த என் கணவருக்குக் காமவிருப்பம் பொருந்தாது. அது அவருடைய அறிவுக்கும் உடலுக்கும் ஏற்றதன்று. அதுதானே முக்கியமான அமிசம் என்று நீ ஒப்புவாய் என்பது திண்ணம்.

இரக்கமற்றுத் தலையினின்று துண்டிக்கப்பட்ட அந்த உடல் சிற்றின்பக் காதற் செயல்களை வகுக்க அறியவில்லை. அப்படியாகுமானால் என்னுடைய உள்ளம் முழுவதும் அவற்றின்மீது அப்படியே படிந்து அவற்றில் திளைத்திருக்குமே. அவர் காம உணர்ச்சியை விழிக்கச் செய்தார். ஆனால் அதை அவரால் தணிக்க இயலாது. என் மீது இரக்கங் காட்டுவாய் அம்மே! உந்தப்பட்ட காமத்தை உடைய என்னைப் படைத்த என் கழிகாமம் தணிக்க வொண்ணாதது. அதன் உணர்ச்சியே மிகப் பெரிது; அதைத் தணிக்கும் கருவியோ அதற்கேற்றதன்று. அதனைத் தணிக்க வேண்டுமென்ற அவாவோ, அதனால் வரும் இன்பத்தைக் கடந்து நின்றது.

"எங்களுடைய நண்பரான ஆட்டு மூக்கு நந்தரைப் பகலிலும் துயிலப் போவதற்கு முன்பு மாலையிலும் நான் காண்பேன். அவரை நான் ஆராய்வேன். மணமான நான் மனிதர்களை நோக்கவும், அவர்களுடைய திறனைப் பகுத்தறியவும் அறிந்துகொண்டேன். என்னுடைய கணவனின்றி நந்தனார் என்னுடன் காமத்துறையில் ஈடுபட்டால் எவ்வளவு இன்பமாயிருக்கும். அவரோடு ஒரு தெய்வக் கலவை ஏற்பட்டிருந்தால் என் நிலை எப்படியிருக்கும் என்ற வினா என்னுடைய மனத்தில் நுழைந்து என் கனவிலும் கரைந்துவிட்டது. ஆனால் ஸ்ரீதமரைப்பற்றியோ அவரைப் பற்றியோ நான் பேசக்கூடாது.

"அப்படி ஒன்றும் மறுதலிக்க முடியாது. 'திருவற்ற கொடிய நீசமான மனமே' என்று என்னைப் பார்த்தே விளித்துக்கொண்டேன். இப்படி நினைப்பது கெடுதலன்றோ?

என்னை உரிமையாகக் கொண்ட என் கணவருக்கு இழுக்கன்றோ? கள்ளம் கபடு அறியாத நந்தன் சொற்களிலும் சரி; செயல்களைப் புரிகின்ற அவயவங்களிலும் சரி; ஒன்றும் அறியாத அவர். என் கணவரைப் போல் – உண்மையிலே மிகச் சிறப்பு வாய்ந்த என் கணவரைப்போல் மிகுதியாகக் காதல் துறையில் என்ன ஆற்றமுடியும்? இப்படி நினைத்ததால் எனக்கு யாதோர் உதவியும் ஏற்படவில்லை. கழி காமத்துறை நந்தரின் அறிவுக்கும் உடலுக்கும் பொருத்தமே. அத்துறையில் அவர் நாணமின்றிச் செயலாற்றக்கூடும். என்னுடைய விருப்பத்திற் கேற்றவாறு எனக்கு இன்பம் அளிக்கக் கூடும் என்ற எண்ணம் என் தசையிலும் என் உள்ளத்திலும் மீன் வாய்ப்பட்ட தூண்டில்போல் நன்றாக ஆழ்ந்துவிட்டது. அதை அகற்றுவது என்பது இயலாத காரியம். அது ஓர் இரும்புத் தூண்டிலன்றோ?

"நான் அதைப் பிடுங்கி எப்படி எறிய முடியும்? அவர்தான் எங்கள் அண்மையில் இடையறாது நிற்கின்றாரே. ஸ்ரீதமரும் அவரும் ஒருவரைவிட்டு ஒருவர் பிரியமுடியாது. ஏனெனில் என் கணவரிடத்தில் இல்லாதது அவரிடத்தில் இருந்தது. அவரிடத்தில் உறையாதது என் கணவரிடத்தில் மிளிர்ந்தது. பகலில் நான் கண்ணுற வேண்டும்; இரவில் ஸ்ரீதமருக்கு மாற்றமாக அவரைக் கனவு காணவேண்டும். கன்றின் வடிவடைந்த தாயத்து அணி செய்யும் நந்தனாரின் மார்பகத்தை நோக்குவேன். பெண்ணுக்குரிய என்னுடைய நிறையையும் தன்னடக்கத்தையும் நான் இழந்து விட்டேன். அவருடைய கரம் என்மீது சற்றுப் படுமாயின் இன்ப வெறியில் எனக்கு மயிர்க் கூச்செரியும்.

"நாளுக்கு நாள் அவர் வனப்பில் ஓங்கி வளரக்கண்டேன். அந்நாள் என்னைப் பரிதிபால் எறிந்தாரே. அப்பொழுது நான் எவ்வண்ணம் அவரை நோக்கினேன் என்பதை நான் அறிந்து கொள்ள முடியவில்லை. அவருடைய உடம்பில் பூசப்பட்ட கடுகெண்ணெய் என்னை ஒன்றுஞ்செய்யவில்லை. யாதோர் உணர்ச்சியும் என்னைத் தொடாது நான் துயின்றேன். இப்பொழுதோ அரசிளங்குமரனான கந்தருவ சித்திரரதன்போல் தெய்வ எழில் போர்த்து அவர் விளங்கினார். சொல்லரும் முழு அழகு, இன்பத்தோற்றம், சிந்தையைக் கொள்ளை கொள்ளும் இளமை, அமரநாட்டு அணிகலன்கள் மிளிரும் கோலம்,

நறுமணங்கள், மலர் மாலைகள் இவையனைத்தும் இயைந்து சேர்ந்து நடமாடும் அணங்கவேளோ என்று அயிர்த்தேன். எல்லா வனப்பின் அழகைப்பருகிய நான் கண்ணன் வடிவிலே திருமாலே மண்ணிற்கு இறங்கி வந்ததுபோல எனக்கு எல்லாம் தோன்றின.

அக்காரணம் பற்றி இரவில் ஸ்ரீதமர் என்னை அணைய வந்தபோது, என்னுடைய அளவு கடந்த ஆர்வத்தில் யார் என் காதலைத் தூண்ட வேண்டுமென்று விரும்பினேனோ அவருடைய பெயரை இயம்பத் தயங்கவில்லை. தம்முடைய மெல்லிய கரங்களின் அணைப்பிலேயே நான் வேறு எவரையும் நண்ணேன் என்று சபதம் செய்த நான் என் கற்பைச் சிதைக்கிறேன் என்பதை என் கணவர் உணர்ந்துவிட்டார். அந்தோ! உறக்கத்தில்கூட அவர் பெயரைக் கூவி அழைத்தேன். என்னைக் காட்டிக் கொடுக்கும் பெயரை என் கணவர் காதுபடக் கூறினது அவரை மிகவும் புண்படுத்திப் பெரும் கொடுமையை விளைவித்திருக்கக் கூடும். அவருடைய சோகத்தினின்றும், அவர் அன்று முதல் என்னை அணுகாமலிருந்த தினின்றும் நான் இதை உய்த்துணர்ந்தேன். நந்தனாரும் என்னைத் தொடவில்லை. அவர் என்பால் ஈர்க்கப்படாமலில்லை. உண்மையிலேயே அவர் என்மீது காதல் கொண்டார். அவர் கடுமையாக ஈர்க்கப்பட்டார் என்பதற்கு நானே சான்று கூறுவேன். ஆனால் குலைக்க முடியாத, வெல்லுதற்கரிய அவருடைய நட்புணர்ச்சியின் திண்மையால் அவரை உந்தித் தள்ளும் காதல் வெள்ளத்திற்கு அணைபோட்டார். நானும் அப்படியே நினைக்கிறேன். என்றுமுள்ள அன்னையே! நான் கூறுவதை நீ நம்பவேண்டும். அவர் அந்தக் காமவிருப்பத்திற்கு இரையாகி என்னை அணுகினாலும் என் கணவனின் கௌரவத்தைக் காப்பாற்றும்பொருட்டு அவரை விட்டைவிட்டு அடித்துத் துரத்தியிருப்பேன். முடிவென்ன? எனக்கு இன்பத்தையளிக்கும் கணவரில்லாமல் போய்விட்டார். மூன்று பேர்களும் இன்பம் துறந்து பெரும் இடும்பையில் ஆழ்ந்தோம்.

“இத்தகைய சந்தர்ப்பத்தில்தான் உலக அன்னையே, நாங்கள் என் பெற்றோர்கள் வீட்டுக்குப் பயணமானோம். போகவேண்டிய பாதையைத் தவறவிட்டுத் திரிந்து திரிந்து உன் திருக்கோயிலுக்கு வந்தோம். உன் கோயிலுக்குள் புகுந்து சிறிதுநேரம் வழிபட்ட

பிறகு வருவதாக ஸ்ரீதமர் போனார். தம் துன்பச் சுமை தாங்காது தம்முடைய அவயவங்களிலிருந்து அவற்றிற்குரிய போற்றத் தகுந்த சென்னியை அகற்றிவிட்டார். அல்லது தலைக்குரிய அவயங்களை இழக்கும்படி செய்தாரா? என்னை இழிவான இந்தக் கைம்பெண் நிலையில் விட்டுவிட்டுப் போய்விட்டார். வெம் வெறுப்பில்தான் அவர் அப்படிச் செய்தார். குற்றம் புரிந்த என்பால் வைத்த நல்ல எண்ணங்களோடுதான் அவர் செய்தார். உனக்குத் தன்னைப் பலி தரவில்லை. அருள் வடிவான அன்னையே, உண்மையை உரைப்பதற்கு என்னை மன்னித்தருள வேண்டும். எனக்கும் அவர் நண்பருக்குந்தான் அத்தகைய பலியைக் கொணர்ந்தார். ஏனெனில் அவர் மாண்டால் நாங்களிருவரும் உடலின்பம் துய்க்கலாமன்றோ? பிறகு நந்தனார் அவரைத் தேடிச் சென்றார். இந்தப் பலியைக் கண்டு ஆற்றாராய் கண்ணன் அவயங்களைக்கொண்ட அவர்தம் தலையை உடலிலிருந்து வெட்டி அகற்றிவிட்டார். அந்த அவயங்களால் இப்பொழுது யாது பயன்? என்னுடைய வாழ்வைக் காட்டிலும் பயனற்றதாயிருக்கின்றன. கணவனையும் அருமருந்தன்ன நண்பனையும் இழந்த நான் என் தலையை இழந்தவளே. என்னுடைய இன்பமற்ற நிலைக்குக் காரணமான தீச்செயலை நான் முற்பிறவியில் புரிந்திருக்க வேண்டும். இந்தப் பிறவிக்கு முற்றுப்புள்ளி இட நான் முடிவுக்கு வந்தது வியப்புறத்தக்கதோ" என்றாள் சீதை.

"நீ இறையளவேனும் அறிவில்லாத மதியிலி, பிறி தில்லை" என்று அந்தக் காளி அம்மை ஒரு பேரிடி முழக்கத்தில் பேசினாள்: "அலுவல்களிலும் முறைகளிலும் மிகவும் சாதாரணமான ஒருவனான நந்தனை ஒரு கந்தர்வனாக நீ கற்பனைசெய்து உன் அளவுகடந்த துருவி ஆயும் அவாவை என்னென்று இயம்புவேன். நந்தன் போன்ற கைகளையும் கால்களையும் பெற்ற லட்சக்கணக்காகத் திரிகின்ற மைந்தர்கள் எனக்குண்டு. அன்னையாகிய நான் இந்த உடல் இன்பத்தைக்கண்டு சற்று இரங்கத்தான் செய்கிறேன். அந்த இன்பத்தை மிகைப்படுத்தும் இயல்புள்ளவர்களாக இருக்கின்றார்கள் என்றுதான் நான் கருதுகின்றேன். எனினும் ஓர் ஒழுங்கு வேண்டுமன்றோ?" மீண்டும் அன்னையின் குரல் கடுமை ஆயிற்று; அச்சுறுத்துவதுபோல் தோன்றிற்று.

"அன்னையாகிய நாம் ஒழுங்கிலா வடிவமாயும் இருக்கிறேன்; அந்தக் காரணத்தினாலேதான் நான் ஒழுங்கான நெறியை வற்புறுத்துகின்றேன். மனநெறி – மாசற்றதாய் – சிதையாததாய் இருத்தல் வேண்டும். நான் என்னுடைய இயல்பு போகிறபடி கட்டுக்கடங்காதபடி தளர்த்திவிட்டால் எல்லாம் பெருங் குழப்பத்தில் இறங்கிவிடும். ஆனால் உன் சம்பந்தப்பட்டவரை, ஏதோ மென்மையாக மொழிய வேண்டுமானால் உன்னிடத்தில் எனக்குத் திருப்தி இல்லை. எனக்கு ஏதோ ஒரு குழப்பத்தை எழுப்பிவிட்டாய். அஃதோடு நில்லாமல் பொருந்தாப் பொருள்களைப்பற்றிப் பேசிக்கொண்டிருக்கிறாய். என் பொருட்டு அவர்கள் தங்களைத் 'தியாகம்' செய்து கொள்ளவில்லை. என்பொருட்டு அவர்கள் குருதி என் பலிபீடத்தில் செய்யவில்லை. உன்பொருட்டுத்தான் உன் கணவர் உயிர் நீத்தார். நந்தனோ அவருக்காகத் தன்னை வெட்டி மாய்த்துக்கொண்டார் என்ற அளவில்தானே நீ பேசுகிறாய். இஃதெல்லாம் எந்த விதமான ஒழுங்கில் சேர்ந்தன என்பதுதான் எனக்கு விளங்கவில்லை. உன் கணவனோ படித்தவன்; காதல் துறையில் ஆற்றலுள்ளவனாகத் தன்னைக் காண்பித்துக் கொள்ளவில்லை. அவன் தன் தலையை முறைப்படி, வேள்விச் சடங்குகளுக்குரிய – முறைப்படி வெட்டிக் கொண்டான் என்றால் அதற்குக் காரணம் என்னிடத்திலிருந்து எழுந்த நறவுண்ட நிலையில் அவனுக்குக் கிடைத்த தக்க ஆற்றல் அளவுகடந்த வேகம் – இவற்றைத் தவிர வேறு யாதாயிருக்க முடியும். உன்னுடைய சொற்களில் உண்மை ஒளியிருக்கிறதோ இல்லையோ இனி இவ்வண்ணம் என்னோடு உரையாடாதே. பலவித நோக்கங்கள் உந்த உன் கணவன் அப்படிச் செய்திருத்தல் கூடும். ஆதலால் உன் சொல்லிலும் உண்மை இருந்திருப்பது இயல்பே. அதனால் ஒன்றுந் தெளிவாகச் சொல்ல இடமில்லை. என் அருள் ஒன்றையே அவன் நாடித் தன்னைப் பலி யிட்டுக்கொண்டான் என்று இயம்புவதற்கில்லை. உன்பால் வைத்த அன்பின் பொருட்டும் அது இருத்தல் கூடும். இந்த விஷயத்தில் ஸ்ரீதமனுக்குத்தான் தெளிவுண்டோ தெரியவில்லை. நந்தன் தன்னைப் பலியிட்டதுகூடத் தவிர்க்க முடியாத இதன் விளைவேயாகும். அவர்களுடைய குருதிதோய்ந்த காணிக்கையை ஏற்க எனக்கு விருப்பமில்லை. நல்லது, இந்த இரட்டைப்பலியை ஈடு செய்துவிடுகிறேன். முன் எப்படி எவ்வண்ணம் இருந்ததோ அவ்வண்ண நிலைக்கே

எல்லாவற்றையும் ஏகும்படிச் செய்துவிடுகிறேன். இனிமேலாகிலும் நீ ஒழுங்காய் நடந்துகொள்வாய் என்பதை நான் ஒப்பும்படி செய்வாய்."

"என் அன்னையே, தூய வடிவான தேவியே!" என்று கண்ணீர் மல்கப் பேசலுற்றாள்: "அதைப் புரிந்தாயாகில், நடந்த அந்தப் பயங்கரமான செயல்களை அகற்றுவாயாகில் எனக்கு என் கணவரையும் என் நண்பரையும் மீட்டுக் கொடுப்பாயாகில் எல்லாம் முன்போல் திகழுமல்லவா. இந்நிலையில் நான் எப்படி உன்னைப் போற்றி வழுத்துவேன். என்னுடைய கனவுகளனைத்தையும் அவற்றில் எழுகின்ற சொற்களையும் அடக்கி ஆள்வேன். இப்படி நான் புரிந்தால் என் கணவர் இனித் துன்புறமாட்டாரன்றோ? முன்போல் எல்லாவற்றையும் அமைத்துத் தந்தால் சொற்பதம் கடந்த செய்ந்நன்றியை நான் செலுத்துவேன். இவை யாவும் துயருற வேண்டிய விஷயங்களே. உன்னுடைய கருப்பக் கிருகத்தில் நான் நின்று இந்தக் கோரமான காட்சியைக் கண்ணுற்ற போது எல்லாம் வேறு வண்ணமாக நடந்திருக்க முடியாது என்பதைத் தெள்ளத் தெளிவாக உணர்ந்தேன். ஆனால் உனக்கு இந்த மாபெரும் ஆற்றல் இருக்குமாயின், இந்த அருஞ் செயலில் வெற்றிகாண உன்னால் இயலுமாயின், பண்டைய வடிவாக அமைக்கக்கூடுமாயின் இது இறும்பூது எய்துதற்குரிய செயலன்றோ?"

"எனக்குச் சக்தியிருந்தால், நான் வெற்றிகாண இயலுமானால் என்று இப்படியெல்லாம் கூறுகின்றாயே, என்ன நினைத்து இப்படி நவில்கின்றாய்? இந்தச் செயல் எனக்கு மிகமிக ஓர் அற்பமான காரியம் என்பதை நீ ஐயுறவில்லை என்று நினைக்கின்றேன்" என்று அந்தத் தெய்வக்குரல் மறுமாற்றம் மொழிந்தது. "நான் இப்படி இவ்வுலகில் அருள் காட்டினது ஒன்றன்று, பல என்பதை உணர்வாய். நீயும் உன் கருப்பத்தில் இருக்கிற அந்த வெளுத்துப்போன கண்ணிழந்த சிறு விதையும் என் அருளுக்கு உரியவர்களல்லர் என்றாலும் நான் உன்பால் இரக்கங் கொள்ளுகின்றேன் என்பதை நான் கூறியே ஆகவேண்டும். இவ்விரு இளைஞர்களுக்காகவும் நான் இரங்குகின்றேன். ஆதலால் செவிசாய்ப்பாய். நான் கூறுவதைக் கேள். அந்தக் கொடியாம் சுருக்கை அவிழ்த்துவிட்டு என்னுடைய கோயிலுக்குள் புகுந்து என் வடிவத்திற்கு முன்னும்,

குழப்பத்தில் நீ விளைவித்த வினையின் முன்னும் நிற்பாய். இனி மயக்கமும் புலம்பும் மனமும் வேண்டா. அவர்களுடைய கூந்தல் கொண்டு அவர்களுடைய சென்னிகளைத் தூக்கி அதோ, அந்தோ! கிடக்கின்ற உடல்கள்மீது பொருத்துவாய். வேள்வி வாளின் முனைகொண்டு வெட்டுப்பட்ட இடங்களில் தடவுகின்றபொழுதெல்லாம் துருக்கையென்றோ, காளியென்றோ அல்லது வெறும் தேவியென்றோ சொன்னால் போதும். எப்படிச் சொல்லி அழைத்தாலும் பாதகமில்லை. இவ்விரு இளைஞரும் மீண்டும் உயிர்பெற்று எழுவார்கள். நான் சொல்லுகிறது விளங்குகின்றதா? விரைந்து ஒன்றும் செய்துவிடாதே. தலைகளை உடல்களில் பொருத்துகிற அலுவலில் சற்று நிதானம் வேண்டும். உனக்கு அவற்றின்பால் மிகுந்த ஆர்வம் இருக்கத்தான் இருக்கும். சிந்தப்பட்ட குருதி மீண்டும் உறிஞ்சப்பட வேண்டுமன்றோ; அது ஒரு நொடியில் மந்திர சக்தி நொடியில் – எல்லாம் நடந்துவிடும். நான் மொழிந்தவற்றைச் செவ்வனே செவிமடுத்திருப்பாய் என்று கருதுகிறேன். ஓடு; விரைவாய் ஓடு. தக்கபடி எல்லாவற்றையும் செய். உன்னுடைய விரைவில் தலைகளை வைக்கும் இடத்திற்கு மாறாக வைத்துவிடாதே. பின்பக்கமாகத் தலைகள் அமைந்துவிட்டால் உலகத்தார் கண்டு நகையாடுவார்கள். விரைவாய். நாளையென்றால் காலம் தாழ்ந்து ஒரு பயனும் பிறக்காது."

9

வனப்புமிக்க அந்தச் சீதை மாற்றம் ஒன்றும் கூறவில்லை; செய்ந்நன்றி மொழியும் செப்பினாளில்லை. குதித்து ஓடினாள். தான் அணிந்த உடை எவ்வளவு தூரம் இடங்கொடுக்குமோ அவ்வளவு விரைவாய் காளிகோயிலுக்குள் நுழைந்தாள். எல்லோரும் கூடும் மண்டபத்தைக் கடந்தாள். புகும் வாயில் வழியாகக் கருப்பகிரகத்திற்குச் சென்றுவிட்டாள். அச்சுறுத்தும் வதனத்தோடு கூடிய அக்காளியின் முன்னிலையில் முகம் சிவக்கச் சிவக்க சுரவேகத்தில் தனக்கு இட்ட பணியில் ஈடுபட்டாள். தலைகளுக்கும் உடல்களுக்கும் உள்ள ஈர்ப்புச்சக்தி, காளி அம்மை பொழிந்த சொற்களைக்கொண்டு எதிர்பார்க்கும் ஒருவருக்கு, அவ்வளவு விரைவாக இல்லை என்றுதான் தோன்றும். ஆனால் அது கட்புலனுக்குப் புலனாகாமலில்லை. அந்த வாய்க்கால்கள் வாயிலாகப் பெருகி ஓடிய குருதி திரும்ப ஓடி வரவேண்டாமா? விரைவாகத்தான் – மந்திரசக்தி வேகத்தில்தான் – உயிர்க்களைப்புடன் சற்று இரைந்துகொண்டேதான் வந்தது. வாளின் மகிமையும் வாழ்த்தும் உடனே புலனாகின. மும்முறை அன்னை பராசக்தியின் பெயரை உச்சரித்தாள். அவளுடைய குரல் பெரு மகிழ்ச்சியில் எழுந்தது. தலையிருக்கிற இடத்தில் திகழ காயத்தின் சின்னம் ஒன்றுமின்றி அவளுடைய முன்னிலையில் இவ்விரு இளைஞர்களும் எழுந்து அவளை நோக்கினார்கள். குனிந்து தங்களையும் நோக்கிக்கொண்டார்கள். தங்களை இப்படிப் பார்த்துக்கொண்டதால் மேல் நோக்கியும் பார்க்க வேண்டியதாயிற்று.

அவர்கள் உயிர்பெற்றது இவ்வண்ணம் அமைந்தது போலும். 'சீதை, என்ன காரியத்தைச் செய்துவிட்டாய். என்ன நடந்தது? உன்னுடைய பரபரப்பில் எதையோ விளையும்படி செய்துவிட்டாயே. நீ செய்தாயா? இது நிகழ்ந்ததா? செயலுக்கும் நிகழ்ச்சிக்கும் உள்ள மாறுபாடு ஒரே

நீரோட்டம் போலத்தானே தோன்றும். உனக்குத்தான் என்ன நேர்ந்துவிட்டது. உன்னை இக்காரியத்தில் தூண்டிய உன்னுடைய உணர்ச்சித் துடிப்பின் வேகத்தை எங்களால் அறிந்துகொள்ள இயலும். நீ செய்கிறபொழுது சற்றுக் கண்களைத் திறந்து அலுவல் ஆற்றியிருக்கக்கூடாதா? தலைகளை மாறான நிலையில் நீ வைக்கவில்லை என்பது உண்மையே. அது நிகழவே இல்லை. தற்செயல் என்று கூறுவாயோ, தவறு என்று சாற்றுவாயோ, ஒரு நேர்மாறான குழப்பமென்பாயோ? அது யாதேனும் ஆகுக, உன்னை எதிர்நோக்கி நிற்பது இதுவேயாகும். ஒருவர் உடலில் மற்றொருவர் தலை பொருத்தப்பட்டுவிட்டது. நந்தன் உடலின்மீது ஸ்ரீதமன் தலையும், ஸ்ரீதமன் உடலின்மீது நந்தன் தலையும் வாட்சக்தி வாயிலாக மாறுபட்டுவிட்டன. சென்னி வாயிலாகக் கண்ணுறின் நந்தன் நந்தன்தான்! தலையின் வாயிலாக நோக்குமிடத்து ஸ்ரீதமன் ஸ்ரீதமன்தான். ஸ்ரீதமனின் மென்மை வாய்ந்த; ஆனால், சற்று சதைப்பற்று வாய்ந்த உடல்மீது நந்தனின் தலை திகழ்ந்தது. அமைதி வாய்ந்த சாந்தம் ததும்பும் ஸ்ரீதமனின் தலையோ நன்றாய் அமைந்த நந்தனின் உடல்மீது மிளிர்ந்தது. அவனுடைய விரிந்த வெண்கல மார்பகத்தில் முத்துக் கண்கள் பதித்த கன்று வடிவமான தாயத்தையும் காண்பீர்.

மிக விரைவில் பிறந்த விளைவைப் பாருங்கள். பலியிடப்பட்டோர் உயிர் பெற்றுவிட்டனர் என்பது உண்மையே. ஆயினும் அவர்கள் உருமாற்றம் பெற்றுவிட்டார்கள். தன்னுடைய கணவனின் உடல், நண்பனுடைய தலையைத் தாங்கி நின்றது. நண்பனின் உடல், கணவரின் தலையை ஏற்றுத் திகழ்ந்தது. இம்மூவர்களிடையே உண்டான நீண்ட ஆரவாரத்திற்கு மலைமுழை எதிரொலி கொடுத்தது. நந்தனின் தலையைத் தாங்கியவன் சிறந்த தலைக்கோர் அற்ப உறுப்பாக இருந்த ஸ்ரீதமனின் உடலை நோக்கி ஒரு தனி உணர்ச்சி ஓட நின்றான். தலைதான் எல்லாவற்றையும் தீர்மானிக்கும் என்று கருதினால் நந்தனின் தலை திகழ்ந்த உடலையே தனக்கு முக்கியமான அமிசமாக இப்பொழுது ஸ்ரீதமன் கருதினதில் வியப்பில்லை. இந்தப் புதிய முறைக்கு வேராயிருந்த சீதை ஒருவனைவிட்டு மற்றொருவனிடம் பெருமகிழ்ச்சிக் குரலோடும் செல்லுவாள் ஒரு சமயம்; மற்றொரு கணம் ஓலமிட்டுக் கழி

விரக்கத்தில் ஆழ்ந்துவிடுவாள். ஒருவனைத் தழுவுவாள் ஒரு கணம்; மற்றொருவனை அணைப்பாள் வேறு கணம். இறுதியாக அவர்களுடைய இரு கால்களில் விழுந்தாள். விம்முதலும் சிரித்தலும் மாறி மாறி எழும். இந்த நிலையில்தான் நடந்த வரலாற்றையும் வருந்துதற்குரிய விழிப்பின்மையும் ஏற்று, தன் இதயத்தை ஒளிக்காமல் அவர்கட்குத் திறந்து காட்டிவிட்டாள்.

"உங்களால் என்னை மன்னிக்க இயலுமாயின் என்னை மன்னித்துவிடுங்கள் என் ஆருயிர்த் தலைவரே, *ஸ்ரீதமரே*" என்று சீதை, நந்தன் உடல்மீது அமைந்திருந்த சென்னியைப் பார்த்தே தீர்மானமாக ஓலமிட்டாள். அந்த உடலை வேண்டுமென்றே கவனிக்காததுபோல உரைத்தாள். "நந்தரே, என்னை மன்னித்து விடுவீர்" என்று அவன் தலையை நோக்கி மொழிந்தாள். அது அவ்வளவு பொருட்படுத்துதற்கு உரியதில்லை என்றாலும் அது முக்கியமென்று அவள் கருதினாள். அதோடு பொருத்தப்பட்ட ஸ்ரீதமன் உடல் புறக்கணிக்கக்கூடிய பொருள்தானே; "என்னை மன்னிப்பீர்கள்; என்னை மன்னிப்பீர்கள். கோரமான செயலில் உங்களைத் தள்ளுவதற்கு உங்கள் மனத்தை வற்புறுத்திவிட்டீர்களே. என்னை ஒரு கையறு நிலையில் உய்த்துவிட்டீர்கள். என்னைச் சுருக்கிட்டுக்கொண்டு மாய்த்துக்கொள்ளும் தருணத்தில் நண்ணுதற்குரிய அன்னையின் இடி குரலைக் கேட்டேன். அக்குரல் என் ஐம்பொறிகளனைத்தையும் சூறையாடிவிட்டது என்பதை உணர்வீர். அந்த அம்மையின் கட்டளையை நிறைவேற்றும் நிலையில் என் மனம் இல்லை. எல்லாப் பொருள்களும் என் கண்முன் சுழலத் தொடங்கிவிட்டன. யார் தலையின் அவயவங்கள் என் கைகளில் இருந்தன என்பதை நான் தெளிவுற அறிந்திலேன். நல்லூழால் எது எதோடு சேர வேண்டுமோ அப்படிச் சேரட்டும் என்று கருதினேன். அதிருஷ்டத்தில் பாதி தக்கதாய் அமைந்தது; பாதி வேறாய் மாறிவிட்டது. இப்படி அது நேர்ந்துவிட்டது. அதற்கேற்ப நீங்கள் இந்த வடிவங்களை எடுத்துவிட்டீர்கள். தலைக்கும் உடலுக்கும் உள்ள கவர்ச்சி ஒழுங்காய் அமையுமா அமையாதா என்பதை நான் எப்படி அறிவேன். இன்னும் வேறுவிதமான சேர்க்கையில் சற்று மாறாக எல்லாம் அமையக்கூடியனவே.

“எல்லை கடந்த அன்னையும் அந்தக் குற்றத்தை ஏற்றுக் கொள்ளவேண்டும். முன்னுக்குப் பின் தலைகளை வைத்துவிடாதே என்று எச்சரிக்கை அவள் செய்தது என்பது உண்மையே. இந்த விஷயத்தில் நான் விழிப்போடு இருந்துவிட்டேன். இப்படி வருமென்று அந்தத் தேவியும் கருதினாளில்லை போலும். இப்படி நீங்கள் உயிர் மீண்ட முறையைக் கண்டு உள்ளம் கலங்குகின்றீர்களா? அப்படி உங்கள் இதயம் இருபிளவாய்ப் போகுமென்று கருதினால் எந்தச் செயலிலிருந்து நான் முதலில் தடுக்கப்பட்டேனோ அதே செயலை இப்பொழுதே புரிந்துவிடுகிறேன். என்னை மன்னிக்கும்படி உங்கள் மனம் சார்ந்து நிற்கின்றதா? குருட்டு ஊழால் நம்மிடையே ஒரு புதிய இன்ப வாழ்வு தொடங்குமா? என்பதைச் சிந்தித்துப் பாருங்கள் – முன் மாதிரி அமையப்பட்டிருந்தால் மீண்டும் இந்தச் சோக நாடகந்தான் விரியும் என்றுதான் நான் நினைக்கிறேன். புயவலியுள்ள ஸ்ரீதமரே கூறும்; மெல்லிய உடல் படைத்த நந்தரே நவிலும்!”

உருமாறிய இளைஞர்கள் குனிந்து அவளை ஒருவர் மற்றொருவர் கைகள் கொண்டு தூக்கினார்கள். எல்லோரும் ஒருவரையொருவர் அணைத்துக்கொண்டு அழுதார்கள்;அக்கணமே நகைத்தார்கள். இவற்றினின்று இரண்டு விஷயங்கள் புலனாகின்றன. ஒன்று, அவர்களுடைய தலைகளை நோக்கிச் சீதை விளித்தது தக்கதே. தலைகளால்தானே நான் எனது என்ற உணர்ச்சிகள் எழுகின்றன. ஒளிமிக்க மெல்லிய புயங்கள்மீது கார்கமைந்தனின் தலையைச் சுமந்து நிற்கும் அவன் தன்னை நந்தன் என்று கருதினது தக்கதே. விரிந்த வெண்கல உறுதிகொண்ட தோள்களை அணிசெயும் தலை – ஓர் அந்தணனின் பெயரனின் தலை தன்னை ஸ்ரீதமன் என்று நினைத்ததும் சரியே. இரண்டாவதாக சீதை இழைத்த பிழைநோக்கி அவள்மீது அவர்கள் சீற்றம் கொள்ளவில்லை. இந்தப் புதிய உருவத்தில் இவ்விருவரும் இன்புற்றார்கள்.

“அவனுக்குக் கிடைத்த உடலைக்கண்டு நந்தன் நாணாது இருப்பானாகில், அந்த அதிருஷ்ட கிருஷ்ண தாயத்து போய்விட்டதே என்று அவன் மனம் கலங்காமலிருந்தால், அப்படி மனம் கலங்கினால் எனக்கு வருத்தத்தை விளைவிக்கும். என் சம்பந்தப்பட்டவரையில் நான் மனிதர்களுக்குள்

மிகவும் இன்பம் படைத்தவன் என்று நான் என்னைக் கருதிக்கொள்ளுவேன். இது மாதிரி உடல் எனக்குக் கிடைக்குமா என்று நான் ஏங்கினதுதானே. என்னுடைய கைகளின் தசைகளில் வலிவை நான் உணர்கின்றபோது என்னுடைய தோள்களைப் பார்க்கின்றபொழுது, என்னுடைய கம்பீரமான கால்களை நான் உற்று நோக்குகிறபொழுது, என்னை எல்லையற்ற இன்ப வெள்ளம் பற்றி அடித்துச் செல்லுவதைக் கண்ணுறுகிறேன். இந்த நாள் முதற்கொண்டு ஒரு புதிய உணர்ச்சியால் நான் தலை நிமிர்ந்து நடப்பேன். முதலாவதாக என்னிடையே ஆற்றலும் வனப்பும் திகழும் உணர்ச்சி பாய்வதைப் பார்க்கின்றேன். இரண்டாவதாக, என்னுடைய ஆன்மிகச் சார்புக்கேற்றவாறு என் உடலமைப்பு ஏற்பட்டதை எண்ணி இன்புறுகின்றேன். சடங்குகளைக் குறைத்துக்கொண்டு சாதாரணமான ஒரு எளிய முறையில் எதையும் நடத்த வேண்டும் என்று பேசுவதில் ஒரு தவறோ அல்லது பொருத்தமின்மையோ இனி இருக்கா. அந்தணர் ஆற்றும் சடங்குகளை அகற்றி உளிமிக்க சிகரத்தையுடைய கோவர்த்தன கிரியைச் சுற்றி அத்திருவிழாவின் ஊர்வலம் வருவதற்காக அந்த மரத்தின்கீழ் என் வாக்குரிமையை அளிப்பேன். ஆனால் என் அன்பார்ந்த நண்பர்களே, இதில் ஒரு சோகம் படர்ந்து நிற்கின்றது. எது வியக்கத்தக்கதோ அது இயற்கையாய்ப் போய்விட்டது. நான் விரும்பக்கூடியதோ அல்லது கண்டு வியப்பதற்கோ உள்ள பொருளாக அது இப்பொழுது இல்லை. இந்திரனுக்குப் பொங்கலிடுவதைத் தவிர்த்து கோவர்த்தன கிரிக்குப் பொங்கலிடுவதில் எனக்கு ஒரு வியப்புந் தோன்றவில்லை. அது ஓர் இயல்பாகவே அமைந்துவிட்டது. அந்த வியப்பை இழந்தது துயருறத்தக்கதே. இப்பொழுது என்னைக் கண்டு வியந்து கொள்ளுகிறேன். உண்மைதான். ஆனால் அந்த விருப்பம் – அந்தணன் நிலையில் நின்று நான் ஆர்வத்துடன் நாடிய அந்த விருப்பம் மறைந்ததால் எழுந்த அந்தச் சுடுதுயர் உன்னை நினைக்கிறபொழுது, 'சீதா, அது எங்கேயோ பின்வாங்கி மறைந்துவிடுகின்றது. என்னைப் பற்றிய நினைவு இப்பொழுது இல்லை. இந்தப் புதிய சூழ்நிலைகளில் நீ இன்பம் அடையக்கூடிய வாய்ப்பைப்பற்றித்தான் நான் உவகை கொள்ளுகிறேன். அதைப்பற்றிப் பெருமிதமும் இன்பத்தையும் நான் எய்துகின்றேன். இந்த அற்புதத்தை நல்லதென்றே கருதி

அதற்கு ஆசியும் கூறுகின்றேன். 'இஸ்யா'. அது அப்படியே ஆகட்டும்' என்றான் ஸ்ரீதமன்.

"நீ திருத்தமாகப் பேசவேண்டாமா? 'இஸ்யாத்' என்று கூறுவாய்" என்று நந்தன் நவின்றான். இப்படி இயம்பிய நந்தனுடைய கண்கள் தன் நண்பனுடைய இறுதிச் சொற்களைக்கேட்டதும் தரையை நாடின. "நீ இப்பொழுது அடைந்த அவயங்கள் உன்னுடைய வாயின்மீது ஆட்சி புரிந்துவிட்டனவே. நீ அந்த அவயங்களை வரவேற்று இன்புறுவாய். என் சம்பந்தப்பட்ட வரையில் அவற்றை நான் நீண்ட காலம் அடைந்தவன் தானே. நான் உன்மீது கோபங் கொள்ளவில்லை சீதா. நானும் அப்படியே இஸ்யாத் (அப்படியே ஆகட்டும்) என்கிறேன். எனக்கும் இவ்வண்ணமான மெல்லிய உடல் வேண்டுமென்று நான் விரும்பினதுதானே. இப்பொழுது விரிவான சடங்குகளைப்பற்றி – இந்திரனுக்கு விழா நடத்தும் சடங்குகளைப் பற்றி நான் பேசக்கூடும். எல்லாச் சடங்குகளையும் நான் எதிர்த்துப் பேசலாம். என் வாய்கொண்டு பேச முடியாதுபோயினும் என் உடல்கொண்டு நான் உரைக்க முடியும். உனக்கு ஸ்ரீதமர் உடல் ஒரு பெரிய விஷயமன்று. எனக்கோ அது முக்கியம். நீ தலைகளையும் உடல்களையும் பொருத்தியபொழுது, சீதா, அவற்றிற்கிடையே உள்ள கவர்ச்சியைக் கண்டு நான் வியப்படையவில்லை. எங்களுக்குள்ள நட்பின் வலிமை எங்களிருவரையும் பிணைத்த நட்பின் வலிமைதான் இப்படி உன்னைச் செய்யும்படி தூண்டிற்று. இந்த நிகழ்ச்சியால் நட்பு முறிந்துபோகாது என்று நினைக்கிறேன். நான் ஒன்று மட்டும் உரைக்க விரும்புகிறேன். என் உடலுக்குற்ற விதியை என் ஏழை நெஞ்சம் நினைக்காமலிருக்க முடியாது. அதற்குரிய உரிமைகளையும் நான் கவனிக்கத்தானே வேண்டும். நான் வியப்பில் ஆழ்ந்துவிட்டேன்; மனம் குழம்பிவிட்டேன். ஸ்ரீதமன் மொழிந்த சொற்கள் என்னைத் திடுக்கிடச் செய்துவிட்டன. சீதையின் வருங்காலத்தைப்பற்றி ஆராய்ச்சி செய்யாமல் 'இப்படித்தான்' என்று ஏற்றுச் சொல்கிற விஷயம் பொருத்தமன்று. அப்படியே ஏற்றுக்கொள்வதற்கு இங்கு யாதொன்றுமில்லை. ஒரு பெரிய பிரச்சினை இருக்கிறது. உங்கள் அறிவு சொல்லுகிறதுபோல என் அறிவு கூறவில்லை."

"என்ன அப்படி?" என்று சீதையும் ஸ்ரீதமனும் உரத்துக் கூவினார்கள்.

"என்ன அப்படியா!" என்று மென்மையான உடம்பு வாய்ந்த நந்தன் உரைத்தான். "என் சம்பந்தப்பட்ட வரையில் உடல்தான் சிறந்ததாகும். இந்த அமிசத்தில் நான் மனத்தைப்பற்றிய கருத்தை ஒட்டிப் போகின்றேன். உடலால்தான் குழந்தைகள் பிறக்கின்றன; தலையினாலன்றே? சீதையின் கருப்பத்திலிருக்கிற விளைவுக்கு நான் தந்தை ஆவேன். இதை மறுக்கப்போகின்ற ஆடவனை நான் நோக்க விரும்புகின்றேன்."

தன்னையறியாமலேயே ஸ்ரீதமனின் அவயவங்கள் சற்று வளைந்து கொடுத்தன. "உன்னுடைய சிதறிப் போன அறிவனைத்தையும் திரட்டியே பேசுவாய். நீ பேசுகின்றதைச் சிந்தித்துப் பேசுவாயாக. மொழிகின்றது நந்தன்தானா? அல்லது நீ யார்?" என்று ஸ்ரீதமன் உரத்துக் கூவினான்.

"நான் நந்தன்தான், இதோ மணம்புரிந்த என் உடலை எனது என்று உண்மையாகவே நான் கூறிக்கொள்ளலாமன்றோ. அதைப்போலவே எழில் மிக்க சீதை என் மனைவியே. அவளுடைய கருப்பத்திலிருப்பது நான் உண்டுபண்ணியதே."

"அப்படியா? உண்மையாகவா?" என்று தன் குரலில் ஒரு நடுக்கம் எழப் பதிலிறுத்தான். "உண்மைதானா?" என்று மீண்டும் மொழிந்தான். "உன்னுடைய உடல் எனதே; சீதையுடன் அண்மையில் உறங்கினதும் அதுவே என்பதை நான் இப்பொழுது துணிந்து சாற்றக்கூடாது. அந்த உடலை அவள் உண்மையிலேயே அணைக்கவில்லை. அவள் தன் உறக்கத்தில் கூறினது எனக்குத் துயரை விளைவித்தது. என்னுடைய நண்ப, இந்த முக்கியமான விஷயங்களைப் பச்சையாகப் பேசுவது அழகன்று. என்னைப் பேசும்படி கட்டாயமான நிலையில் என்னை வைத்துவிடாதே. உன்னுடைய தலையைக்கொண்டு இதை எப்படி வற்புறுத்திப் பேசக்கூடும். உன் உடலைக்கொண்டுதான் இவ்வாறு நீ உரைக்க இயலுமா?"

"நீ நானாகவும் நான் நீயாகவும் ஆகக் கூடுமா? உன்னிப் பார். ஸ்ரீதமனாய், சீதையின் கணவனான ஸ்ரீதமனாய் நான்

நந்தனாய் ஆகிற முறையில் யாதொரு மாறுதலும் இருக்க இயலாதன்றோ? சீதையின் கைத்திறனால் இந்த இன்பம் தரும் ஓர் அற்புதம் நடந்துவிட்டது. இப்பொழுது எல்லாவற்றையும் நிறுவக்கூடிய தலைகள் உவகை நறவு உண்கின்றன. வனப்புமிக்க மருங்குலாள் சீதைக்குக் காத்திருக்கும் இன்பத்தைக் கருதி உவகை பூக்கின்றோம். மணமான ஒருவனுடைய உடலை நீ பெற்றிருந்தால் அம்முறையில் பகர்கின்றாய். எனக்கு இப்பொழுது அளிப்பது ஒரு நண்பனுடைய பாத்திரச் செயலே. உன் தன்னலத்தைத்தான் காட்டுகின்றாய். இந்த மாறுதலால் சீதை அடையும் வாய்ப்பை நீ இறையளவும் கருதினாயில்லை. நீ கூறுகிறபடி அவள் பயனடையப் போகின்றளா? உனக்குக் கிடைத்திருக்கும் வாய்ப்புகளைக்கொண்டு நலம்பெறப் போகின்றாளா? நான் எவ்வளவு தன்னலம் உடையவன் என்று நீ கூறுகின்றாயோ அவ்வளவு தன்னலம் நீ உடையவன். இதில் யாதொரு ஐயமுமில்லை" என்று வாய் கயப்புற சொல்லை வழங்குகிறான் நந்தன். மேலும் "நீ என்னைத் தவறாகத் கருதிவிட்டாய். மணமானவனுடைய உடலை நான் கட்டவில்லை. நான் என்னுடைய சென்னியைப்பற்றித்தான் செப்புகின்றேன். அதுதானே எதையும் தீர்மானிக்கிற முக்கிய அமிசமாகும் என்று நீயே உரைக்கின்றாயே. நீ சீதையைப்பற்றிக் கவனிக்கிறதுபோல் நான் கவனிக்கவில்லை என்பது தவறான கருத்தாகும். என்னைப் பார்த்து முன்பு கொஞ்சும் குரலில் பேசினபொழுது நான் அந்த இனிய குரலைக் கேட்க அஞ்சினேன். ஏனெனில் அதே குரலில் அவளைக் கூவி அழைக்க நேரிடுமோ என்ற அச்சம் என் மனத்தகத்தே புகுந்துள்ளது. என் முகத்தையும் என் கண்களையும் அவள் துருவி அளக்கின்ற முறையில் நோக்கினாள். 'அன்பார்ந்த நந்தா' என்று மொழிந்தாள். அந்தத் தருணத்தில் என்னை அழைத்தது தேவையில்லை. ஆனால் அதில் ஏதோ ஓர் ஆன்மிகத் தத்துவக் குறிப்பு இருந்திருக்க வேண்டும். அதனால் என்னுடைய உடலை அவள் சுட்டவில்லை. வெறும் உடலில் என்ன சாரம் இருக்கிறது? நீ அந்த உண்மையை மெய்ப்பித்துவிட்டாய். என் உடலை நீ அடைந்தபோதிலும் உன்னை ஸ்ரீதமன் என்றுதானே நீ அழைத்துக்கொள்கின்றாய். நான் அவளுக்கு மறுமாற்றம் கூறவில்லை. தேவையான விஷயத்திற்கு மட்டும் விடை

அளித்தேன். அவள் வண்ணம் நானும் கொஞ்சும் குரலில் பேச நேரிடுமோ என்பது என் பேரச்சமாகும். அவள் பெயரைச் சொல்லி நான் அழைக்கவில்லை. என் கண்கள் தரையையே நோக்கி நிற்கும் வண்ணம் செய்துகொண்டேன்.என் கண்களின் குறிப்பை அவள் அறிந்து கொள்ளக் கூடாதன்றோ. இதை நான் செய்தது நட்புரிமைபற்றியே. மணமான நிலைக்குரிய கற்பை நான் கௌரவிக்க வேண்டாமா? இப்பொழுது அவள் நோக்கக்கூடிய தலையும் உண்டு, கண்களும் உண்டு; ஏன் அவள் கணவனுடைய உடலும் உண்டு. இப்பொழுது 'ஏ நந்தா என் அன்பார்ந்த நண்பா' என்று கூறலாம். இப்பொழுது நிலை அடியோடு மாறிவிட்டது. இந்நிலை சீதைக்கும் எனக்கும் அனுகூலமென்றே சொல்லவேண்டும். சொல்லப்போனால் அவளுக்குத்தான் நல்ல வாய்ப்பு இது. மற்றவையைப் பொருட்படுத்தாமல் அவளுடைய இன்பத்தையும் மன ஆறுதலையும் நான் கவனிக்குமிடத்து பிரச்சினைக்கு நான் அளிக்கின்ற விடைதான் மிகப் பொருத்தமாகும்."

"அப்படி அன்று தம்பி. இவ்வண்ணம் நீ கூறுவாய் என்பதை நான் உன்னிடமிருந்து எதிர்பார்க்கவில்லை. நீ பெற்ற என்னுடைய உடலைக் கண்டு நாணமுறுவாய் என்றுதான் அஞ்சினேன். என்னுடைய முந்திய உடலும் உன் தலையைக் கண்டு நாணுறக்கூடும். நீ உன்னைப் பேச்சில் முரணான நிலையில் வைத்துக்கொண்டாய். மனம் சம்பந்தப்பட்டவரையில் ஒருபால் உடல்தான் பெரிதென்கிறாய்! ஒருபால் தலைதான் சிறந்தது என்று உரைக்கின்றாயே. நீ எப்பொழுதுமே அடக்க ஒடுக்கமான இளைஞனா யிற்றே. ஆனால் இப்பொழுது அகம்பாவத்தின் எல்லையை அடைந்துவிட்டாயே. சீதையின் இன்பத்தை உறுதிப்படுத்த நீ அளிக்கின்ற விடைதான் இவ்வையகத்தில் சாலச் சிறந்ததென்றும் தூய்மை வாய்ந்ததென்றும் சாற்றுகின்றாய். பார்க்கப்போனால் என்னுடையதுதான் இன்பத்தைத் தரக்கூடியதும் உறுதி பயக்கக்கூடியதுமாயிருக்கிறது. மேன்மேலும் வார்த்தையை வளர்ப்பதில் அறிவுமில்லை, காரியமுமில்லை. இங்கே சீதை இருக்கின்றாள். யாருக்கு அவள் சேர்ந்தவள் என்பதற்கும் எவர் மூலம் அவள் உண்மையான இன்பத்தைப் பெறமுடியும் என்பதற்கும் அவள் தான் நியாயம் வழங்கவேண்டும்."

சீதையின் மனம் தடுமாறிக் கலங்குகின்றது. யாரைத் தேர்வது என்பதில் ஐயப்பாடுற்று ஒன்றும் ஓராது தன் கைகளால் தன் முகத்தைப் புதைத்துக் கொண்டு ஓலமிட்டாள். "என்னால் ஒன்றும் செய்வதற்கில்லை. நான் ஒரு பெண்ணா யிற்றே. இதில் நியாயம் வழங்கும் பொறுப்பை என்மீது சுமத்திவிடாதீர்கள். அச்சுமையைத் தாங்க என்னால் இயலாது" என்று விம்மி அழுதாள். "முதலில் எல்லாம் எனக்கு எளிதாகத் தோன்றின. என்னுடைய பிழையைக் கருதி நான் நாணமுற்றேன். ஆனால் நீங்கள் இன்புறுவதைக் கண்டு நானும் இன்புற்றேன். இப்பொழுது நீங்கள் ஒருவருக்கொருவர் வழங்கும் சொற்கள் என் சிந்தையை முற்றிலும் குழப்பிவிட்டன. மேலும் என் இதயம் இருபிளவாய்ப் போய் ஒன்று மற்றொன்றோடு போராடுகின்றது. என் அன்புமிக்க ஸ்ரீதமரே! நீங்கள் அடைந்த அவயவங்களோடு கூடித்தான் நான் இல்லம் செல்ல வேண்டுமென்ற சொற்களில் நியாயம் இருக்கிறது என்பதை ஐயமறச் சாற்றிவிட்டீர்கள். ஆனால் நந்தனார்பாலும் நான் இரக்கங் கொள்ளுகின்றேன். தலையில்லாத உடல் மிகவும் அற்பந்தானே. நான் நந்தன் என்று அழைத்தது, உடலைக்குறித்தன்று, தலையைக் குறித்தே அவ்வண்ணம் நான் செய்தேன். ஸ்ரீதமரே, உறுதி பயக்கும் என்று உரைத்தீரே, தலையா அல்லது உடலா என்பது எனக்குத் தெளிவாகத் தெரியவில்லை. என்னைச் சித்திரவதை செய்யாதீர்கள். இந்தப் புதிரை என்னால் அவிழ்க்க இயலாது. யார்தான் என் கணவர் என்பதை என்னால் கூறமுடியவில்லை" என்று சீதை மொழிந்தாள்.

"இந்நிலையில் இவ்விஷயங்கள் இப்படி அமைந்து நிற்குமானால் – சீதை நியாயம் வழங்க முடியாதவிடத்து, நாம் மூன்றாம் மனிதர் ஒருவரை – ஏன் நான்காம் மனிதர் ஒருவரைக் கொண்டுதான் நியாயத்தைப் பெறவேண்டும். எவன் ஸ்ரீதமனின் அவயங்களைப் பெற்றிருக்கிறானோ அவனோடு கூடத்தான் சீதை செல்லவேண்டுமென்று சொன்னாலோ அவளும் நானும் வீடு செல்லாது எங்கேயோ தனித்து வாழவேண்டும் என்று என் மனத்தே எண்ணினேன். ஆனால் ஒன்று; என்னை அவள் கணவன் என்று கருதி அதில் உறுதி பெறவேண்டும். உலகத்தைவிட்டுத் தனித்து வாழவேண்டும். ஏகாந்தத்தில் இன்பமாய்க் காலத்தைக் கழிக்க வேண்டும் என்ற எண்ணம்

என் உள்ளத்தைக் கவர்ந்துகொண்டேதானிருக்கிறது. சீதையின் குரல், நட்பைச் சிதைத்துவிடக்கூடுமோ என்ற ஐயத்தினால் நான் துறவறத்தை மேற்கொள்ளலாம் என்று கருதினேன். ஊனை வாட்டுகின்ற பயிற்சியில் தேர்ந்த ஒரு பெரியாரை நண்ணினேன். அவருக்குக் காமதமனன் என்று பெயர். துறவற வாழ்க்கைக்குரிய அறிவுரையை அவர் வழங்கக்கூடுமன்றோ. தண்டகாரணியத்தில் அவரை நான் சந்தித்தேன். அக்காட்டில்தான் அவர் உறைகின்றார். இவரைப் போன்ற தூய்மையான துறவிகள் அங்கே நடமாடுகின்றார்கள். அவருடைய குடிப்பெயர் குகசர் என்பதாகும். காமதமனன் என்ற பெயரை வைத்துக்கொண்டார். அவரைக் கூப்பிடுவதற்கு ஒரு வாய்ப்பு ஏற்படுமாயின் இப்பெயரை வழங்கலாம். நீராடல், உரையாடல் சம்பந்தமாக கடுமையான சபதங்கள் செய்துகொண்டு அங்கே அவ்வனத்தில் பல ஆண்டுகளாக உறைந்து வருகின்றார். அவர் உருமாறி யிருக்கலாம் என்று நினைக்கிறேன். வாழ்வின் நிலைமை அறிந்து அதன்மீது வெற்றி கொண்டிருக்கும் இந்த ஞானியைப் போய்ப்பார்ப்போம். நம்முடைய வரலாற்றை நாம் அவரிடம் கூறுவோம். சீதையின் வருங்கால இன்ப வாழ்க்கையைப் பற்றி அவர் நியாயம் வழங்கட்டும். நீங்கள் ஒப்பும் பட்சத்தில் யார் அவள் கணவன் என்ற விஷயத்தில் அவரே நியாயம் வழங்கட்டும். அவர்களுடைய சொற்கள் ஆட்சி புரியட்டும்" என்றான் நந்தன். 'அப்படியே அப்படியே' என்று கூறி சீதை ஆறுதலுற்றாள். "நந்தன் கூறுவதுதான் தக்கது. நாம் அந்த இருடியைக் காண்போம்."

"இது புறத்தை ஒட்டிய பிரச்சினை; உணர்ச்சி கொண்டு தீர்மானிக்க இயலாது. புற அறிவைக் கொண்டு நிறுவக்கூடிய விஷயமென நான் உணர்கின்றேன். நந்தன் நவின்ற யோசனைக்கு இணங்குகின்றேன். அந்த இருடி வழங்குகின்ற நியாயத்திற்கு நாம் கட்டுப்படுவோமாக" என்றான் ஸ்ரீதமன்.

இவ்வண்ணம் இணங்கியபின், அவர்கள், அன்னை காளிகோயிலை விட்டுச் சென்று மலைப்பள்ளத்தாக்கில் இருக்கிற வண்டியை நண்ணினார்கள். யார் வண்டி ஓட்டுவது என்ற பிரச்சினை எழுந்தது. வண்டி ஓட்டுவது உடலைப்பற்றியும் தலையைப்பற்றியதுமன்றே, நந்தனுக்குத் தண்டகாரணியம் போகும் வழி தெரியும். அதை அடைய இரண்டு நாட்கள்

செல்லும். அவன் மனத்தில் அவ்விஷயம் அப்படியே இருக்கிறது. ஆனால் வண்டிக் கயிற்றைப் பிடித்து அதை ஓட்டுவதற்கு ஸ்ரீதமன்தான் முன்பு நந்தன்போல இப்பொழுது தகுதியாகிவிட்டான். இந்த அலுவலை அவன்பால் விட்டுவிட்டு நந்தன் சீதையோடு வண்டிக்குள் அமர்ந்து எந்த வழியாகச் செல்லவேண்டும் என்ற விஷயத்தைப்பற்றி நண்பனை வழிப்படுத்தினான்.

10

மூன்றாம் நாள் தண்டகாரணியத்தை அவர்கள் நண்ணி விட்டார்கள். மழை பெய்ததால் எங்கும் பசுமையாக இருந்தது. துறவிகளாலும், ஞானிகளாலும், யோகிகளாலும் நிரம்பப் பட்டிருந்தது அந்தக் காடு. அனைவரும் தனித்தனியாக மனிதர்கள் நடமாடாத இடங்களில் உழைந்து வந்தார்கள். ஓர் ஏகாந்தமான இடத்திற்கு யாத்திரிகர்கள் சென்று ஆசைகளை வென்ற காமதமனரைப் பார்ப்பது எளிதன்று. ஒருவரை மற்றொருவர் காணக்கூடாதென்பதே அங்கே உறையும் இருடிகளின் அவா. ஒவ்வொருவரும் தாம் தாமே தனியாக மக்கள் வாழாத இடத்தில் உறைவதாகச் சாற்றினார்கள். பலவிதமான சாதுக்கள் அங்கே திகழ்ந்தார்கள். சிலர் இல்லறத்தைக் கடந்து காட்டிலுறைந்தார்கள்; சிலர் தம் மனைவிமார்கள் பின்தொடர தியானத்தில் ஆழ்ந்தார்கள். உடம்பு பருத்தவர்கள், ஒட்டி உலர்ந்து போனவர்கள் என இரண்டு வகையான யோகிகள் உண்டு. ஐம்புலப் பசிகளை அடக்கியவர்கள் தங்கள் ஊனை வாட்டினார்கள். சிலர் பலவிதமான விரதங்களையும் நோன்புகளையும் மேற்கொண்டார்கள். உண்ணாவிரதம் பூண்டு இறுதிவரையில் வெம்போர் புரிந்தார்கள். உயிர் துறக்கிற எல்லைக்கு அவர்கள் உண்ணாவிரதம் சென்றது. யாதோர் உடையுமின்றி மழைக்காலத்தில் தரையில் படுத்து உறங்கினார்கள்; கடுங்குளிர்காலத்தில் ஈரமுள்ள துணிகளை அணிந்து கொண்டார்கள். முதுவேனிற் காலத்தில் நான்கு புறமும் பற்றி எரியும் கட்டைகளின் நடுவே படுத்தார்கள். ஊனெல்லாம் உருக ஆரம்பித்துவிடும், எல்லாவற்றையும் உலரச் செய்யும் வெப்பத்தால் அவ்வுடல் அரித்துத் தின்னப்பட்டது. இந்தக் கடுமையான விரதம் போதாதென்று தரைமீது உருள்வார்கள். மூக்கின் நுனிகளைப் பார்த்தவண்ணமே இடையறாத தியானத்தில் ஆழ்ந்திருப்பார்கள்; அமர்வார்கள்,

எழுந்திருப்பார்கள். இம்முறை மாறி மாறி வரும். இத்தகைய நோன்புகளால் உடல் நலம் அழிந்துபோய்விடும். தாங்கள் நாடும் தெய்வ நிலை நெருங்கி வருகின்றதென்று சுட்டப்பட்டபோது தங்களுடைய இறுதி யாத்திரையை வடக்கும் கிழக்குமாகச் சென்று முடிப்பார்கள். கந்த மூலங்களையும் அருந்தார்கள். தண்ணீரையும் காற்றையுந்தான் புசிப்பார்கள். இறுதியாக அவர்கள் உடல்கள் நைந்து கீழே விழுந்துவிடும். அவர்களுடைய ஆன்மாக்கள் மெய்ப் பொருளோடு – பிரம்மத்தோடு இரண்டறக் கலந்துவிடும்.

காமதமனரை நாடத் தீர்மானம் செய்துகொண்ட அவர்கள் அடுத்தடுத்துள்ள ஏகாந்தமான இடங்களின் வழியே சென்றுகொண்டே இருந்தார்கள். அவர்களுடைய வண்டி காட்டு ஓரத்தில் வானப்பிரஸ்த விரதத்தை ஓம்பும் ஒரு குடும்பத்தினரிடம் நிறுத்தி வைக்கப்பட்டது. இந்தக் குடும்பத்தினர் முற்றிலும் உலகத்தைத் துறந்துவிடவில்லை. இன்னும் சற்றுத் தொடர்பு வைத்துக்கொண்டிருந்தார்கள். மக்கள் நடமாட்டம் இல்லாத இடத்தில் காமதமனர் உறைந்த அக்காரணத்தால் அவரை நண்ணும், நறியைக் கண்டுபிடிப்பது சற்றுக் கடினமே. இவ்விஷயத்தை முன்னமேயே குறிப்பிட்டுவிட்டோம். நெறியிலா இந்தப் பாழ் வழியாக நந்தன் முன்பு வழிதேடிப் போனது உண்மையே. ஆனால் அப்பொழுது சென்றது வேறோர் உடலில் அன்றோ? இந்த உடல் அவனுடைய எதையும் சட்டென அறியும் உணர்வையும் அந்த இடத்தைப் பற்றிய நிதானத்தையும் சற்றுத் தடை செய்துவிட்டது. குகைகளிலும் மரப்பொந்துகளிலும் உறைகின்ற தபோதனர்கள், மற்றவர்களைப்பற்றி அறியாமலிருக்கலாம் அல்லது தெரியாதது போலப் பாசாங்கு செய்கிறார்களோ என்னவோ தெரியாது. முன்பு இல்லத்திலிருந்து துறவிகளின் மனைவிமார்கள் அந்தத் துறவிகளுக்குத் தெரியாமல் மனமுவந்து வழியை அவர்களுக்குச் சுட்டினார்கள். ஒருநாள் ஓர் இரவு, அந்த அத்துவானப் பொட்டலில் கழித்தபிறகு தாங்கள் குறிப்பிட்ட ஞானியாரின் இடத்திற்கு வந்து சேர்ந்தார்கள். அவருடைய நன்றாய் அலம்பப்பட்ட தலையை – சடையோடு கூடிய தலையைக் கண்ணுற்றார்கள். சேறும் சகதியுமுள்ள குட்டையில் மரக்குச்சிகள்போலவுள்ள கைகளை விண்பால்

நீட்டிய வண்ணமாயிருந்தார்கள். கழுத்தளவு தண்ணீரில் எவ்வளவு நேரம் இருந்தாரோ யார் அறிவார். அவருடைய மனம் பரமான்மாவை நாடி நன்கு குவிந்திருந்தது. மிகுந்த ஆர்வத்துடன் தியானத்தில் ஆழ்ந்தவரைத் தட்டிக் கூப்பிட அவர்கள் தயங்கினார்கள். அவரே தம் விரதத்தைச் சற்று நிறுத்துகிற வரையில் அவருக்காகப் பொறுமையுடன் காத்திருந்தார்கள். தம்முடைய தவத்தை நீண்ட காலமாக நிறுத்தவில்லை. ஒருவேளை அவர்களைப் பார்த்திருக்கமாட்டார்கள் அல்லது அப்பொழுதுதான் அவர்களைக் கண்ணுற்றாரோ? யாதோ அறிந்திலம். ஒருமணி நேரம் காக்க வேண்டியிருந்தது. அவர் வருவதற்கு முன்பு கொஞ்சம் மரியாதையுடன் அந்தக் குட்டையைவிட்டு ஒதுங்கியே அவர்கள் இருந்தார்கள். ஆடை யின்றி அவர் அந்தக் குட்டையினின்றும் எழுந்தார். சேறு பூசிய அவருடைய தாடியும் அவர் உடம்பினின்று சேற்றுத் தண்ணீர் கொட்டிற்று. உடம்பில் யாதொரு தசையுமில்லை. எலும்பும் தோலுமாகத்தான் அவர் காட்சி அளித்தார். அவருடைய ஆடையின்மையின் நிலையை மூட யாதொன்றுமில்லை. அவர் ஒரு திகம்பரரே. அங்கு காத்துக்கொண்டிருக்கிறவர்களை நண்ணியதும் கரையிலுள்ள ஒரு துடைப்பத்தை ஏந்தித் தரையைச் சுத்தம் செய்தார். அங்கே ஊர்வன ஏதாவது ஒன்றைத் தாம் நசுக்கிவிடக்கூடுமோ என்ற அச்சத்தால் இப்படி அவர் செய்தார் என்பதை அவர்கள் அறிந்தார்கள். வரவேற்கப்படாத விருந்தினர்களிடம் அவர் அமைதியாக நடந்துகொள்ளவில்லை. அவர்கள் வந்ததும் துடைப்பத்தைத் தூக்கியபடியே அவர்களை அச்சுறுத்தினார். அங்கே ஊர்கின்றவற்றைக் கவனக்குறைவால் அவர்கள் நசுக்கிவிடக் கூடுமல்லவா? அவர்களைத்தானே அக்குற்றஞ் சாரும்.

"சோம்பேறிகளே! விழித்து நிற்கின்றவர்களே! மக்கள் இல்லாத இடத்தில் எதைத் தேடி நிற்கின்றீர்கள்?" என்று உரத்த குரலில் கத்தினார் அவர்.

"ஆசையை வென்ற காமதமனரே" என்று நந்தன் அடங்கிய குரலில் விடை அளித்தான். "ஏதோ ஒன்று எங்களை உந்த உங்களை நாங்கள் தைரியமாக நண்ணினோம். மன்னித்தருளவேண்டும். புலனடக்கிய தங்களுடைய புகழ் எங்களைத் தங்கள்பால் ஈர்த்தது. ஐம்புல உணர்ச்சிகளால்

ஏவப்பட்டவர்கள்தாமே நாங்கள். சான்றோர்களுக்கிடையே சிங்க ஏறுபோல் ஆற்றல் படைத்த பெரியோரே, பெரிய மனசுசெய்து அருள் கூர்ந்து எங்களுக்குப் பயன்படக்கூடிய அறிவுரை வழங்கவேண்டும். என்னைத் தங்கள் நினைவுக்குக் கொணருமாறு வேண்டுகிறேன். தனித்த துறவு வாழ்க்கையைப்பற்றி என் மனத்திலுள்ள அவாவை நான் முன்னரே தெரிவித்தது தங்களுக்கு நினைவிருக்குமே."

"உன்னை அடையாளங் கொள்ளக்கூடும்" என்று அத்துறவி விடை அளித்தார். குழிந்த கண்களாம் குகைகளிலிருந்து அச்சுறுத்துகிற அவற்றின் கூரையாம் தம் நெற்றியிலிருந்து நந்தனை நோக்கினார். "உன்னுடைய முகத்தை அறிந்து கொள்ள இயலுகின்றது, உன்னுடைய உடம்பு தேய்ந்துபோய்விட்டதே. இங்கே வந்ததின் காரணமாய் அதிருக்கக் கூடுமோ?"

"எனக்கு மிகுந்த நன்மையை அது செய்துவிட்டது" என்று பட்டும் படாத மொழியில் மறுமாற்றம் இறுத்தான் நந்தன். "நீங்கள் இப்பொழுது கண்ணுறுகிற மாறுதலுக்கு வேறு காரணம் உண்டு. வியக்கத்தக்கதும் பல இன்னல்களுமுள்ள ஒரு கதையைச் சார்ந்தே அது நிற்கின்றது. அந்தக் கதை யின்பேரில் தான் உங்கள் உதவியை நாடியே நாங்கள் மூவரும் வந்திருக்கிறோம். எங்களை நோக்கிய ஒரு பிரச்சினைக்கு விடை கண்டிலோம். உங்களுடைய அறிவுரையும் முடிவும் எங்களுக்குத் தேவை. உங்களுடைய புலனடக்கமும் தவமும் மிகப் பெரிதே. நாங்கள் கூறுவதைச் சற்றுச் செவிசாய்ப்பீர்கள் என்று நம்புகிறோம்."

"அப்படியே ஆகுக" என்று காமதமனார் விடை அளித்தார். "அது முடியாதென்று ஒருவரும் கூறமாட்டார்கள். என்னுடைய சொந்த ஆசிரமத்திலிருந்து அடித்துத் துரத்திவிட வேண்டுமென்று உணர்ச்சி எனக்கு வந்தது உண்மையே. அதுவும் உணர்ச்சியே; அதைப் புறக்கணிக்கிறேன். என்னை ஈர்க்கும் சக்தியை எதிர்க்கத்தான் செய்யவேண்டும். மக்களைவிட்டு அகன்று நிற்பது ஒரு தன்னல மறுப்புத்தான்; அவர்களைக் கண்டு பொறையோடு சகித்து நிற்பது இதைவிட தன்னல மறுப்பாகும். நீங்கள் எங்கள் அண்மையில் இருப்பதால் எழும் உணர்ச்சி, வாழ்க்கையின்மீது வீசுகின்ற அனல்கள் என்னுடைய மார்பைத்

தாக்குகின்றன. என்னுடைய கன்னங்களின்மீது இன்னலைத் தருகின்ற ஒரு சிவப்பை உண்டுபண்ணுகின்றன. திருநீறு அங்கே இல்லாமற்போனால், அச்சிவப்பை நீங்கள் கண்ணுறக்கூடும். நான் உங்களுடைய வரவைப் பொறுத்துக்கொள்ளுகிறேன். உங்களிடமிருந்து வரும் அனற் புகைகளையும் நான் சகித்துக்கொள்ளுகிறேன். உங்களிடையே நன்றாய் வளர்ந்த ஒரு நங்கை இருக்கக் காண்கின்றேன். அவளுடைய அழகை ஐம்புலன்கள் சிறப்பிக்காமற் போகா. இம்மூன்று பேர்களுடைய துன்பங்களுக்கு நீ வீசிய மாயவலையே தவிர பிறிதில்லை. இந்த ஆடவர்களைப் பேயின்பால் அனுப்பியிருப்பேன். நீ அவர்களோடு இருப்பதால் வாளாயிருக்கிறேன். நீ எவ்வளவு நேரம் தங்கவேண்டுமென்று நினைக்கின்றாயோ அவ்வளவு நேரம் நீ தங்கலாம். என்னுடைய மரப்பொந்திற்கு உங்களை அழைப்பதில் நான் மிகவும் மகிழ்ச்சியடைகின்றேன். உண்ணப் பேரிக்காய்கள் அளிப்பேன். அவற்றை இலைகளோடு பறித்தது நான் உண்பதற்கன்று. அவற்றைத் துறப்பதற்கு மூலங்களையே அருந்துகின்றேன். இந்தச் சடலத்திற்கு ஏதாவது அவ்வப்பொழுது போட வேண்டுமே. உங்கள் வாழ்க்கை அனல்களில் புகைகள் என்னைத் திணறச் செய்தாலும் உங்கள் வரலாற்றிற்குச் செவிசாய்க்கிறேன். ஒரு சொல்லையும் விடாது நான் கேட்கின்றேன். எனக்குத் தைரியமில்லை என்று ஒருவனும் உரையான். தைரியத்திற்கும் எதையும் துருவி ஆராயும் அவாவிற்கும் மாற்றம் கண்டுபிடிப்பது அரிதே. என்னுடைய ஏகாந்தமான இடத்தில் வாழ்க்கையின் புகைகளை நுகரவேண்டுமென்ற பசியும் வேட்கையும் எனக்கு ஏற்பட்டுவிட்டனவா? அவற்றை என் மூக்கு நுகரவேண்டுமென்று விழைகின்றதா? அந்தக் கருத்தை அறவே ஒழித்துவிடவேண்டும். எதையும் துருவி ஆராயவேண்டுமென்ற அவாவையும் முளையிலேயே கிள்ளி எறிந்துவிட வேண்டுமன்றோ? அப்படிச் செய்துவிட்டால் என்னுடைய தைரியம் யாதாகுமோ? பேரிக்காய்களின் கதைபோலத்தான் எல்லாம் ஆகிவிடும். அவற்றை நான் என் பக்கலில் வைத்திருப்பது அதைத் துறப்பதற்கன்று. அதைக் கண்டு இன்புறுவதற்காகவே இருக்கலாமன்றோ. அந்த எண்ணம் என்னைக் கவரவுங்கூடும். அதைப் பார்த்து இன்புறுவது அதை அருந்துவதற்குரிய ஆவலையும் எழுப்பலாம். அவற்றை

என் பக்கலில் வைத்துக்கொள்ளாமல் போனால் வாழ்க்கை எளிதாய்க் கழிந்துவிடலாம். நான் அருந்தாமலிருந்தாலும் அவற்றை உங்களிடம் கொடுக்கலாம். அப்பொழுது நீங்கள் அருந்துவதைக் கண்டு நான் இன்புறலாம். பற்பல மாய மயக்கத் தோற்றங்களை இவ்வையகத்தில் பார்க்கின்றோம். நீ, நான் என்ற மாறுபாடு போய்விடக்கூடும்.நீ அருந்தினால் என்ன. நான் அருந்தினால் என்ன என்ற நிலை வரும். இந்த மாயையின் இயல்பு அளப்பரும் பெருங்குழியாகும். ஆன்மச் சோதனைகளும் ஐம்புலச் சோதனைகளும் கலக்கும். அது இரு தலை நாகம் போன்றது. ஒன்றை வெட்டினால் மற்றொன்று தோன்றுகிறது. ஆனால் எல்லாம் இறுதியில் ஒழுங்காய்ப் போய்விடும். நம்மைச் சிறப்பிக்கவேண்டியது தைரியமே. வாழ்வின் துர்நாற்றம் அடிக்கின்றவர்களே... என்னுடைய மரப்பொந்துக்கு வாருங்கள். வாழ்க்கையின் கணக்கிலா மாசுகளைப்பற்றி எவ்வளவு கூறவேண்டுமோ அவ்வளவையும் கூறிவிடுங்கள். அவற்றைக் கேட்கின்றேன். கேட்டது என்னைத் திருத்திக்கொள்ளவே. என்னுடைய இன்பத்திற்காக இதைத் கேட்கின்றேன் என்ற எண்ணத்தை நான் அகற்றவேண்டும். ‘நான் செய்கிறேன்’ என்ற கருத்து எவ்வளவுக்கெவ்வளவு மாய்கின்றதோ அவ்வளவுக்கவ்வளவு நலமாம்.”

இம்மொழிகளைக் கூறிக்கொண்டே அந்தத் துறவி வனத்தின் வழியாக அவர்களுக்குப் பாதையைக் காட்டிச் சென்றார். போகும்போது துடைப்பத்தால் அதைச் சுத்தம் செய்தார். அவருடைய ஆசிரமத்திற்கு அவர்கள் வந்தார்கள். ஒரு முது கதம்பமரம் காட்சி அளித்தது. அதில் பசுமை முற்றிலும் மறைந்து போய்விடவில்லை. ஆனால் வாய் திறந்ததுபோல் அதன்கண் ஒரு பொந்து உள்ளது. பாசி படர்ந்த இந்த இடத்தை அவர் தேர்ந்ததின் காரணம் தம்மை வெப்பதட்பத் திலிருந்து காப்பாற்றிக்கொள்ளும் பொருட்டன்று. தம் மீது புயற்காற்று அடிக்கும்படி தம்மைக் காட்டிக் கொள்வார். கடுங்குளிர் காலத்தில் ஈரத் துணியை அணிவார். எரியும் கட்டைகளுக்கு நடுவே வெப்ப மிக முதுவேனிற் காலத்தில் வீற்றிருப்பார். ஏதாவது ஓர் இடம் வேண்டுமே. அதைக் கருதியே அவர் அங்கே தங்கினார். கந்தமூலங்கள் அருந்தும் பழங்கள் முதலியவற்றை ஓரிடத்தில் வைப்பதற்கும் இடம் தேவையன்றோ?

ஆண்டவர்க்குச் சமர்ப்பிப்பதற்குரிய விறகு, மலர்கள், தருப்பம் இவற்றையும் அங்கே அவர் வைத்தார்.

அங்கே வந்த விருந்தினர்களை அமரும்படி கட்டளை யிட்டார். பணிவுடன் விரைவாய் அங்கே அவர்கள் உட்கார்ந்தார்கள். அங்கே அவர்கள் சென்றது அவருடைய துறவின் கடுமையை மிகவும் கூர்மையாக ஆக்குதல் பொருட்டேயாகும். அவர்களுக்கு அவர் கனிகள் தந்தார். அவற்றைக் கண்டதும் அவர்களுக்கிருந்த அயர்வு நீங்கி உயிர்களைப் பெற்றார்கள். இதற்கிடையே யோகிகள் அமரும் நிலையில் அவர் வீற்றிருந்தார். அது 'கஜோஸ்தர்க' ஆசனமாகும். கைகள் கீழே கிடந்தன. முழங்கால் முட்டிகளும் விறைத்துப்போயின. கை விரல்களும் கால் விரல்களும் தனித்தனியாக நின்றன. இவருடைய ஆன்மா மாபெருந்தியானத்தில் ஆழ்ந்திருந்தது. ஆடையின்றியே அவர் அமர்ந்திருந்தார். உடலில் தசையே இல்லாத காரணத்தால் ஆடையிருந்தும் ஒன்றுதான் இல்லாததும் ஒன்றுதான். ஸ்ரீதமன் தக்க சென்னியை வாய்க்கப்பெற்றிருந்தபடியால் அவனுக்கே நடந்த விஷயத்தைக் கூறும் பொறுப்பு ஏற்பட்டுவிட்டது. அத்துறையின் அண்மையில் மிகக் கம்பீரமாய் அவன் அமர்ந்திருந்தான். அவர்களை அங்கு வரச்செய்த செய்திகள் யாவையும் ஒன்றின்பின் ஒன்றாக எடுத்துச்சொன்னான். அந்தச் சிக்கலான பிரச்சினையை – நான்காம் மனிதனால் தீர்க்கக்கூடிய பிரச்சினையை ஒரு ஞானியாலோ அல்லது வேந்தனாலோ தீர்க்கக்கூடிய பிரச்சினையை அவரிடம் எழுப்பினான்.

நாம் முன்பு கூறிய வண்ணம் உண்மையாகவே எல்லாவற்றையும் அவரிடம் மொழிந்தான். விவாதமான அமிசத்தை விளக்க இறுதிக் கட்டத்தைச் சொன்னால் போதும். ஆனால் அவன் தொடக்கத்திலிருந்தே எல்லாவற்றையும் மொழிந்தான். அந்தத் துறவி தம்முடைய ஏகாந்தத்தில் இதைப்பற்றிச் சிந்திக்கலாமன்றோ? அவர்களுடைய பண்டைய வாழ்க்கை நட்பின் இயல்பு, சுவர்ணமுகி ஆற்றிற்குச் சென்றது; இவற்றைப்பற்றி இயம்பினான். தன் காதல் நோயையும் சுட்டினான். தான் காதல் கொண்டது, மணம் புரிந்தது இவற்றையும் இவரிடம் மொழிந்தான். திருவிழாவில் சீதையைப் பரிதிபால் நந்தன் எறிந்ததும் இந்த வரலாற்றில் இணைக்கப் பட்டுள்ளது. தன்னுடைய வேம்பாய்க் கைக்கக்கூடிய மண

வாழ்க்கையின் அனுபவங்களை எப்படி நாகரிகமாகச் சொல்ல வேண்டுமோ அப்படிச் சொல்லி மற்றவற்றைக் குறிப்பால் உணர்த்தினான். சீதையை ஞாயிறுபால் தூக்கி எறிந்தது பற்றிச் சொல்வதில் அவன் தயங்கவில்லை. இந்த உடலைப்பற்றிச் சீதை கனவு கண்டதுதானே. சீதையின் மனம் புண்படாவண்ணம் கூறினான். இந்த வரலாறு நடந்து கொண்டிருக்கிற கால முழுதும் சீதை தன் சித்திர வேலை அமையப்பட்ட துணியால் தன் தலையை மூடிய வண்ணமே இருந்தாள்.

ஸ்ரீதமன் தலையின் சிறப்பை என்னென்று இயம்புவது? மிக்க திறமைவாய்ந்த நல்ல வரலாறு உரைப்போனாகத் திகழ்ந்தான். பயங்கரமான கதையாய் அது இருந்தாலும் ஸ்ரீதமன் வாயிலாக வருகிறபொழுது அக்கதை இன்பமாய் அவர்களுக்குத் தோன்றிற்று. காமதமனன் 'கஜோஸ்தர்க' ஆசனத்தில் தான் மாறாமலிருந்தாலும் இவ்வரலாற்றைச் சுவைத்திருக்கக்கூடும். தன்னுடைய கோரமான செயலையும் நந்தனுடைய அச்சுறுத்தும் செயலையும் எடுத்து உரைத்தான். சீதைபால் காளி இரங்கினதும் அவர்கள் உயிர் பெற்றதும் குறிப்பிடப்பட்டன. சீதை இழைத்த பொறுப்பதற்குரிய பிழையையும் அவன் காட்டினான். முடிவிற்கு வந்து பின்வரும் கேள்வியை எழுப்பினான்.

"அதுதான் நடந்தது. கணவனுடைய தலை நண்பனுடைய உடலின் மீது பொருத்தப்பட்டது. நண்பனுடைய தலை கணவனுடைய உடலின்மீது அமைக்கப்பட்டுள்ளது. சான்றோரே! குழம்பிய நிலையில் உங்கள் பழுத்த ஞானம் கொண்டு எங்களுக்கு நியாயம் வழங்கவேண்டும். தாங்கள் எப்படிக் கட்டளையிடுகின்றீர்களோ நாங்கள் அதற்குக் கட்டுப்பட்டவர்கள். ஏனெனில் எங்களால் இந்தப் பிரச்சினையைத் தீர்த்துக்கொள்ள இயலவில்லை. இந்த மெல்லியலாள் யாரைச் சார்ந்தவள்; யார்தான் இவளுடைய உண்மையான கணவன்?" என்றான் ஸ்ரீதமன்.

"ஆசைகளை வென்ற பெரும, மொழியுங்கள் மொழியுங்கள்" என்று தனக்குத்தான் வெற்றி கிடைக்குமென்ற நம்பிக்கையுடன் நந்தன் உரத்துக் கூவினான். சீதை முகமூடியைத் தன் முகத்தினின்று நீக்கினாள். தன்னுடைய தாமரைக் கண்களில் பார்வையைக் காமதமனர்பால் மிக ஆவலுடன் செலுத்தினாள்.

காமதமனர் தம்முடைய விரல்களையும் இழுத்துக்கொண்டு பெரும் மூச்செறிந்தார். துடைப்பத்தை எடுத்து ஓரிடத்தைச் சுத்தம் செய்தார். எளிதில் மாயக்கூடிய பூச்சிகள் அங்கே ஊர்ந்துவிடக் கூடாதல்லவா? பிறகு தம்முடைய விருந்தினர்களுடன் அமர்ந்தார்.

"'பூ'... இதுதானா?" என்று அவர் சொன்னார். "நீங்கள் மூவருந்தான் எனக்கேற்ற மக்கள். தலைக்கேறுகின்ற வாழ்க்கைப் புகைகள் மண்டிய கதைக்கு நான் ஆயத்தமாயிருந்தேன். நீங்களே வாள்கொண்டு துண்டுபோடுவது போல தீர்த்துக்கொள்ள இயலுமே – வெம்கோடையில் எரிகின்ற நான்கு கட்டைகளின் நடுவே இடத்தை வகுத்து நான் அந்த வெப்பத்தைத் தாங்கக் கூடும். உங்களிடமிருந்து வருகின்ற உலக வெப்பம் என்னை அதைவிட மிகுதியாக வாட்டுகின்றது. என்னுடைய முகம் திருநீற்றால் பூசப்படாது போயிருந்தால் ஒட்டி உலர்ந்த என் கன்னங்கள் சிவந்து போனதை நீங்கள் உணரக்கூடும். கன்னங்களா? இல்லை. கடும் நோன்பால் திகழ்கின்ற வெறும் எலும்புகளே. குழந்தைகளே, கண்மூடப்பட்ட செக்கடி மாடுகள் போல வாழ்க்கைச் சக்கரங்கள்மீது இடையறாது சுழன்றுகொண்டே இருக்கின்றவர்கள் பசியால் வாடுகின்றீர்கள். ஆசாபாசங்களாம் செக்கை ஓட்டுகிற மனிதர்களால் இடையறாது குத்தப்பட்டு அல்லல் உறுகின்றீர்கள். உங்கள் தசைகளில் அவை ஆழ்கின்றன. இவற்றையெல்லாம் அறவே அகற்றிவிடக்கூடாதா? கண்சாடை காட்டுவது, சுவைத்து முத்தமிட்டு உமிழ்நீரை விடுவது, இந்த அலுவல்களில் ஏனோ இறங்குகிறீர்கள். மாய மயக்கத்தை எழுப்பும் காட்சி உங்கள் கண்முன் மிதந்து வரும்போது, காமத்தால் உங்கள் வலிவெல்லாம் பறந்து போய்விடும். ஆமாம், ஆமாம். இதையெல்லாம் நான் அறிவேன். நீங்கள் காதலிக்கும் உடல் நஞ்சனைய கழிகாமத்தால் தோயப்பட்டிருக்கிறது. அதை நான் உணராமலில்லை."

"இவை யாவும் நாங்களும் அறிந்தவையே, பெரும், காமதனரே." என்று இயம்பினான் நந்தன். அவனுடைய குரலில் அடக்கி வைக்கப்பட்ட துறுதுறுப்பு இல்லாமலில்லை. "யார்தான் சீதையின் கணவன் என்ற விஷயத்திற்கு வர மனம் உவக்க மாட்டீரோ. இறுதியாகத் தெரிந்தால் நாங்கள் அதன்படி நடப்போம்."

"நான் நியாயம் வழங்கினதாகவே வைத்துக்கொள்ளுங்கள். வெட்ட வெளிச்சமாய் இவ்விஷயத்தில் ஒரு நீதிமன்றத் தலைவர் வேண்டுமென்று கூறுகின்றீர்களே. இந்த அறிவுகூட படைத்திராத உங்களைப் பார்த்து எனக்கு வியப்பே எழுகின்றது. இந்தத் துண்டமாம் சிறுமி கணவனுடைய தோள்களின் மீது அமைந்துள்ள தலையைச் சார்ந்தவள். மணத்தில் மணமகளுக்கு மணாளன் தன் வலது கரத்தை நீட்டுகின்றான். கையோ உடலைச் சார்ந்தது. அந்த உடலே நண்பனுடையதாய்த் திகழ்கின்றது."

வெற்றி முழக்கங்கொண்டு உவகை வெறியில் நந்தன் எழுந்து குதித்தான். தலைகள் தொங்கிய வண்ணமே அவர்கள் அமர்ந்திருந்தார்கள்.

"அது ஆய்வுக்கு எடுத்துக்கொண்ட விஷயமாகுமே தவிர பிறிதில்லை. முடிவு பின்வரப் போகிறது. அது அதைக் கடந்து நின்று அதன் வாயைத் தன் பேரொலியால் அடக்கப் போகின்றது. உண்மை மௌலியை அதற்கு அணியப்போகின்றது. சற்றுக் காத்திருங்கள்" என்று காமதமனர் மொழிந்தார்.

தம் மரப்பொந்துக்குள் நுழைந்து மரப்பட்டையால் அமைக்கப்பட்ட உடையை அணிந்துகொண்டு தம் வெற்றுடம்பை மூடினார். பிறகு பேசலுற்றார்:

"கணவன் தலையை யார் அணிந்து நிற்கின்றாரோ அவருக்கே மனைவி உரியவள். இதில் யாதொரு ஐயமுமில்லை. பெண்ணமுதமே மிக உயர்ந்த இன்பம். அவளே இசைகள் போற்றும் எல்லை. அதேபோல் அவயங்களுக்கெல்லாம் தலைதான் சிறந்தது என்பதை நீ அறியாயோ?"

இப்பொழுது சீதையும் அவள் கணவன் ஸ்ரீதமனும் தங்கள் தலைகளை உவகையில் தூக்கி நிமிர்ந்து நிற்கும் வேளை வந்துவிட்டது. ஒருவரை ஒருவர் நோக்கி இன்புற்றார்கள். இதுகாறும் இன்புற்றிருந்த நந்தனின் தலை தொங்கிப்போயிற்று.

"ஆனால் சற்று முன்புதானே மாறாக ஒன்று கூறினீர்கள்" என்று நைந்த குரலில் மொழிந்தான் நந்தன். "இறுதியாகக் கூறப்பட்டதே தீர்மானமானது" என்று காமதமனர் விடை யிறுத்தார். இப்பொழுது அவர்களுக்குத் தீர்ப்பு கிடைத்துவிட்டது.

பண்பட்ட இந்த நிலையில் நந்தன் எதிர்த்து முனகக்கூடவும் இயலாது. அவன்தானே அந்தத் துறவியை நியாயம் வழங்கும்படி கேட்டுக்கொண்டது. நேர்மையாகவும் தைரியமாகவும் சிந்தித்துக் குறை கூறுவதற்கியலாத வண்ணமே அவர் நியாயம் அளித்தார். அதற்கு மறுப்புக் கூற அவனால் இயலுமோ?

காமதமனருக்கு வணக்கம் செலுத்திவிட்டு அவ்விடத்தைவிட்டு அகன்றார்கள். மழையால் பசுமை போர்த்துத் திகழும் தண்டகாரணியத்தின் வழியே வாய் பேசாது சிறிது தூரம் சென்றார்கள். வழியில் நின்ற வண்ணமே விடைபெற்றுக் கொண்டான் நந்தன்.

"எல்லா மங்கலங்களும் உங்களுக்கு உண்டாகட்டும். நான் என் தனிவழி போகின்றேன். மக்கள் நடமாடாத ஒரு பாழை அடைந்து ஒரு துறவியின் வாழ்க்கையை மேற்கொள்ளுகிறேன். நான் இதை முன்னமேயே தீர்மானித்ததுதானே. என்ன இருந்தாலும் இந்த உடலமைப்பில் உலகத்திற்கு என்னால் பயனிருக்க முடியாது" என்றான்.

இந்தத் தீர்மானத்திற்காக ஒருவரும் அவன்மீது குற்றஞ் சாட்ட முடியாது. அவன் ஏற்ற தீர்மானத்தை ஒப்புக்கொண்டார்கள்; ஆனால் அவர்களை அது சற்றுத் துயரில் ஆழ்த்திற்று. பந்தயத்தில் தோற்றவன்பால் வெற்றிபெற்றவன் காட்டுகிற பரிவிலே அவனுக்குப் போய் வரும்படி விடையளித்தான் ஸ்ரீதமன். அவன் தோள்களைத் தட்டிக்கொடுத்தான். அவன் தோள்கள் இவன் தோள்கள்தாமே. உற்சாகம் ஊட்டுகிற முறையில் உரையாடினான். "கடுமையான துறவறத்தால் உடம்பை வாட்டிவிடாதே. கந்தமூலங்களை மிகுதியாக உண்ணாதே. ஒரே உணவை அருந்துவது தகுதியன்று."

"அதைப்பற்றி நீ கூறவேண்டியதில்லை" என்று சற்று மனங்கசிந்து பேசினான் நந்தன். சீதை ஆறுதல் சொற்கள் வழங்கத் தொடங்கினதும் தன் ஆட்டு மூக்கையுடைய தன் தலையைச் சுடுதுயரில் அசைத்தான் நந்தன்.

"இதை நினைந்து நினைந்து மிகவும் உள்ளம் வருந்தாதே. பெரும்பாலும் உனக்குத்தானே வெற்றி கிடைத்தது என்பதை மறந்துவிடாதே. என்னோடு மணாளன் அடையக்கூடிய

இன்பத்தை நுகரக்கூடினதை அநேகமாய்ப் பெற்றிருந்தாயன்றோ? உன்பால் உள்ளங்காலிலிருந்து உச்சி வரையில் நான் அதைப் பாராட்டுகின்றேன் என்பதை மறந்துவிடாதே. என் இதயத்தில் உனக்கோர் இடமுண்டு. அழியா என் அன்னை பராசக்தி எனக்கு அறிவுரை வழங்குவதற்கேற்ப என் கரங்களாலும் என் உதடுகளாலும் நீங்கள் அளித்த அன்பிற்காக உங்களுக்கு நான் செய்ந்நன்றி கூறுகிறேன்." என்றாள் சீதை.

"அதெல்லாம் எனக்குத் தேவையன்று. அவற்றோடு எனக்கு என்ன தொடர்பு வேண்டியிருக்கிறது?" என்று பிடிவாதமாய் நந்தன் உரைத்தான். "உங்கள் தலையைப் பற்றியும் நான் சில சமயங்களில் கனவு காணக்கூடும்" என்று அவன் காதோடு முணுமுணுத்தாள். அவனுடைய தோற்றத்தில் யாதொரு மாறுபாடும் இல்லை. பிடிவாதமாய் ஆனால் துயர்ததும்ப, "அதைப்பற்றி எனக்கு யாதொரு தொடர்புமில்லை" என்று பகர்ந்தான்.

அவர்கள் பிரிந்தார்கள்; ஒருவன் தன் வழி ஏகினான்; சீதை – ஸ்ரீதமன் இவ்விருவரும் வேறு நெறியில் செல்லலானார்கள். ஆனால் சீதை சற்றுத் திரும்பி நந்தன்மீது விழுந்து அவனைத் தன் கரங்களால் அணைத்துக்கொண்டாள்.

"போய் வாரும்" என்று மொழிந்தாள் சீதை. "எது எப்படிப் போனால் என்ன? நீர்தான் எனக்கு முதற்கணவன் ஆவீர். நான் அறிந்தவரையில் நீங்கள்தான் காதலைப்பற்றிய பாடத்தைக் கற்பித்தீர்கள். அந்த ஒட்டி உலர்ந்த துறவி, மனைவிமார்களைப் பற்றியும் தலைகளைப்பற்றியும் நினைத்து இசைக்கட்டும்."

இப்படி மொழிந்துவிட்டு வலிவை அடைந்த ஸ்ரீதமனிடம் விரைந்து திரும்பி வந்தாள்.

11

மீண்டும் கோகுலத்திற்கு சீதையும் ஸ்ரீதமனும் வந்து ஐம்புல இன்பத்தில் அல்லும் பகலும் திளைத்தார்கள். அவர்கள் இன்பமாம் முகிலற்ற வானின்மீது யாதொரு இன்னலாம் நிழல் முதலில் படரவில்லை. 'முதலில்' என்ற சொல் மாசற்ற இன்பமாம் நீலவானில் ஒரு துயர்முகில் தோன்றுவதற்கு ஓர் அறிகுறியாக இருக்குமோ என்றதைச் சுட்டக்கூடும். புறத்திலிருந்து இவ்வரலாற்றைக் கூறுபவனுக்கும் 'முதலில்' என்ற சொல் ஒரு புதிய செய்தியை இக்கதையோடு பிணைக்கக்கூடும். இந்த வரலாற்றிலேயே வாழ்ந்தவர்களுக்கு முதல் என்பதே கிடையாது; அவர்கள் இன்பத்தைத்தான் உணர்ந்தார்கள். இவ்விருவருமே அந்த இன்பத்தைச் சாதாரணமாகக் கருதவில்லை. அமரநாட்டு இன்பம்போல் உண்மையிலேயே அது திகழ்ந்தது; இவ்வுலக இன்பம்போல் அது காட்சி அளிக்கவில்லை. எல்லோருக்கும் பொதுவாயுள்ள இந்த உலக இன்பங்கள், அவற்றைச் சுவைத்தல் முதலியன எல்லாவிதமான நிலைகளிலும் ஒழுக்க முறையினாலும் சமூகத்தின் கட்டாயத்தினாலும் ஏற்படுகின்ற நிலைகளிலும் – நிகழ்கின்றன. ஆனால் வரம் பெறப்பட்டு அவை குறுகிப் போய்விடுவதைப் பார்க்கின்றோம். தற்காலிகமாகச் செய்யும் முறைகள், துறத்தல்கள் எது வந்தாலும் செயலற்று ஏற்றுக்கொள்ளுகிற இயல்பு இவைதான் சாதாரண மக்களுக்கு ஏற்படுகின்ற விதியாகும். நம்முடைய ஆசைக்கோர் அளவில்லை. அதில் ஏதோ கொஞ்சம்தான் நிறைவேறுகின்றது. 'என்னால் முடியுமானால்' என்ற ஆசைக்கு நான்கு மருங்கிலும், அது நடக்காது என்ற நிலைதான் கடுமையாகச் சூழ்ந்து நிற்கின்றது. 'எது கிடைக்கின்றதோ அதை ஏற்றுத் திருப்தி அடை' என்றுதான் வாழ்வு நிதானமாய்க் கட்டளை இடுகின்றது;ஏதோ சில பொருள்கள் நமக்கு அளிக்கப்படுகின்றன. பல நமக்கு

மறுக்கப்படுகின்றன. அவை ஒருநாள் கிடைக்கும் என்பதும் இருக்கிறது. ஆனால் அது ஒருகனவே – எல்லாம் அழியா ஓர் இன்ப நாட்டுக் கனவே. கீழே இந்த வையகத்தில் மறுக்கப்படுகின்றதும் அளிக்கப்படுகின்றதும் அங்கே ஒன்றாவது திகழவேண்டும். மறுக்கப்பட்ட வனப்பு வாய்ந்த ஒன்று நமக்குச் சட்டமுறையில் ஒரு மௌலியென வந்து நம்மைச் சிறப்பிக்கும். சட்டமுறையில் வருகின்ற ஒன்று மறுக்கப்படுகின்ற ஒன்றின் கவர்ச்சிகளை ஏற்று நிற்கும். ஆசையுற்ற மக்களுக்கு இந்தத் தோற்றத்தைத் தவிர வேறு எம்முறையில் சுவர்க்கம் காட்சி அளிக்கக்கூடும்.

மணமான காதலனும் காதலியும் கோகுலத்திற்குத் திரும்பி வந்ததும் இத்தகைய உலகம் உணராத இன்பத்தைக் கணந்தோறும் மாறும் இயல்புள்ள ஒரு விதி அவர்களுக்கு அளித்துவிட்டது. நீர் வேட்கையுற்றவன் அதை அள்ளிப் பருகுவதுபோல அவ்விருவரும் இன்பத்தை வாரி உண்டனர். சீதைக்குத் தன் அறிவுமிக்க காதலனும் அவன் நண்பனும் இரண்டு வேறுபட்டவர்களாய் இதுவரையில் இருந்தார்கள். ஆனால் இப்பொழுது எவ்வளவு மகிழ்ச்சி; இவ்விருவரும் ஒன்றாய்க் கலந்து கரைந்துவிட்டனரே. தவிர்க்க முடியாத ஊழைப்பற்றி என்னென்று உரைப்பது. இவ்விருவரிடையே தனிச் சிறப்புடன் திகழ்ந்தவை ஒன்றாய்க் கரைந்து ஒரு புதிய தனி வடிவை எடுத்துவிட்டன. இத்தகைய வடிவம் எல்லா ஆசையும் கடந்து நின்றுவிட்டது. இதற்குமேல் ஆசைப்படக்கூடியது ஒன்றுமில்லை. மணமுறை வகுத்த கலவிச்சேர்க்கையில் ஸ்ரீதமனுடைய நண்பனின் கைகளை அணைந்து பெரும் இன்பங்களை நுகர்ந்தாள். தன் கணவனின் மென்மையான மார்பகத்தில் தன் கண்களை மூடியபடியே படுத்து எந்த இன்பங்களைக் கனவுகண்டாளோ அந்த இன்பங்களில் இப்பொழுது திளைக்கின்றாள். அந்தணர் குலத்தில் தோன்றியவனுடைய சென்னியை முத்தமிடும் வகையில் தன் செய்ந்நன்றியைத் தெரிவித்தாள். இவ்வுலகமனைத்திலும் பேறுபெற்ற மங்கையென மிளிர்ந்தாள். மிகச் சிறந்த அவயங்களைத் தவிர வேறொன்றாலும் அமையப்படாத கணவனையன்றோ இப்பொழுது அவள் பெற்றுவிட்டாள்.

உருமாறின கணவனான ஸ்ரீதமனைப்பற்றி என்ன நவில்வது? தனக்குற்றதில் அவன் எய்திய பெருமிதத்தையும் இன்பத்தையும் என்னென்று சித்திரிப்பது? அத்தகைய மாறுதல் அருவறுப்பைத் தரும். எந்தவிதமான பதிவை அவன் தந்தையான பவபூதியின் மனத்தின் மீதும் அல்லது அவன் தாயின் மனத்தின்மீதும் விட்டிருக்கும் என்பதைப்பற்றி நாம் கவலையுற வேண்டியதில்லை. அவனுடைய தாயின் பெயரே இந்த வரலாற்றில் இடம் பெறவில்லை. ஏனெனில் உலகமறியாத கதாபாத்திரமாகத்தான் அவள் திகழ்ந்தாள். அந்தண வியாபாரியின் குடும்பத்தின் அங்கத்தினரைப் பற்றியோ அல்லது அந்தக் கோயில் திகழ் சிற்றூரில் உள்ளவர்களைப்பற்றியோ நாம் சிந்திக்கவேண்டிய அவசியமில்லை. உருமாறின நந்தன் அங்கே இருந்தால் இயற்கைக்கு மாறாகவும் தவறாகவும் ஸ்ரீதமனின் அவயவங்கள் இருக்கின்றன என்ற எண்ணம் மக்களிடையே பிறந்திருக்கக்கூடும். இயற்கையாய் நடக்கின்றவைதாம் ஒழுங்கானவை என்றுதான் இயம்ப இயலுமோ. ஆனால் நந்தனே மிகச் சேய்மையில் துறவற வாழ்வை நடத்திக் கொண்டிருந்தான். அத்தகைய வாழ்வின்பால் முன்னரே அவனுக்கொரு சார்பு இருந்தது என்பதை நாம் அறிவோம். அவன் நண்பனோடு அவனை ஒப்பிட்டு நோக்குமிடத்துக் கண்ணைக் குத்துகிறதுபோல மாறுபாடு தெரியும். ஆனால் இந்த மாறுதலை ஒருவரும் அறியார். வெண்கல உறுதிகொண்ட வனப்புவாய்ந்த அவனுடைய அவயவங்களைக் கண்ணுற்றாலும் மணவாழ்க்கை இன்பத்தில் அத்தகைய மனிதற்குரிய வளர்ச்சி ஏற்பட்டுவிட்டது என்றுதான் கருதுவார்கள். சீதையின் தலைவனும் கணவனுமான ஸ்ரீதமன் வெறும் அரைக்கச்சு, புயவளையங்கள், முத்துப் பதித்த அலங்கல் இவற்றோடு விளங்கின நண்பன்போல வெளியில் செல்லவில்லை. தன்னுடைய அழகிய சென்னிக்கேற்றவாறு முன் அணிந்த வண்ணமே கவின்பெறத் தொங்குகின்ற காற்சட்டைகளையும் பஞ்சு நூலால் நெய்யப்பட்ட மேற்சட்டையும் அணிந்துகொண்டான். இதிலிருந்து நாம் உணர்வது இதுவே. தலைதான் மனிதனுடைய – அவனுக்குற்ற அறிகுறியை விளக்குவதற்கு ஏற்ற முக்கியமான அமிசமாகின்றது என்பது பிறக்கின்றது. தலை பெரிதா அல்லது உடல் பெரிதா என்ற சொற்போரில் தலைதான் வெற்றி

அடையும் என்பதை மறுத்தற்கரும் இச்சான்றின் வாயிலாக நாம் தெரிகின்றோம். உன்னுடைய மைந்தனோ அல்லது உடன் பிறந்தானோ – அல்லது ஒரு நண்பனோ உன்னுடைய அறைக்குள் அவரவர்க்குற்ற தலையோடு புகுவதாகக் கற்பனை செய்துகொள்ளுங்கள். மற்றவை வேறுபட்டிருந்தாலும் உண்மையில் இவர்தான் உன் உடன்பிறந்தோன், மைந்தன், நண்பன் என்ற விஷயத்தில் இறையளவேனும் உங்களுக்கு ஐயப்பாடு ஏற்படுமா என்பதை உன்னிப் பாருங்கள்.

இந்த வரலாற்றில் சீதையின் இன்பத்தைப்பற்றிய சித்திரம் ஸ்ரீதமனைக் காட்டிலும் மிகுதியாக இடம் பெறுகின்றது. தன்னுடைய மாறுதலுக்குப் பிறகு அவளுடைய இன்பத்தையே அன்றோ அவன் பெரிதாகக் கருதினன் என்பதை நாம் முன்பே கண்டோம். ஆனால் அவனுடைய இன்பமும் அவளுடைய இன்பம்போலவே சுவர்க்க இன்ப எழிலைப் போர்த்துத் திகழ்ந்தது. ஸ்ரீதமனின் நிலையில் தம்மை வைத்துக்கொள்ள படிப்போர்களைப் போதுமான அளவில் நான் விரும்பி வேண்டமாட்டேன். தன் அன்பிற்குரியவள் தன் நண்பனை அணைந்து இன்புறவேண்டுமென்று அவள் விழைந்ததை உணர்ந்த ஸ்ரீதமன் உள்ளம் சாம்பி அயர்வுற்றான். இப்பொழுதோ இம்மையில் எதையெல்லாம் விரும்புகின்றாளோ அதையெல்லாம் வாரி வழங்கும் நிகரற்ற நிலையில் ஸ்ரீதமன் திகழ்ந்தான். உள்ளங்கவர் சீதைக்குக் கிடைத்த பேற்றைவிட ஸ்ரீதமன் அடைந்த பேறு சிறந்தது என்று ஒரு கவர்ச்சி நம்மை ஈர்த்து உணரும்படி செய்யும். நீராடும் துறையில் முதன்முதலாக சுமந்தரனின் பொன் எழில் போர்த்த மகளைக் கண்ணுற்றதும் எழுந்த காதல் ஸ்ரீதமனைப் பற்றியதை நாம் அறிவோம். அது நிறைவேறாதவிடத்து அதனால் உயிரும் அகன்றுவிடும் என்று அவன் கருதினான். அவ்வண்ணம் அக்காதலன்பு அவன் இதயத்தில் ஆழ்ந்து தைத்துவிட்டது. பண்பாடற்ற கிராமியமான மனம் படைத்த நந்தன் நகைவாளிக்கு ஸ்ரீதமன் இரையானான். அந்த வனப்புமிக்க வடிவம் அவன் இதயத்தைக் காதல்நோய் தாக்கத் துணைபுரிந்தது. அந்தப் பேருவகை ஆன்மச் சிறப்பு, ஐம்புலனின் விரைவு – இவற்றின் சேர்க்கையால் பிறந்தது. ஓர் அந்தணனின் அறிவுச் சுடர் அவன்கண் மிளிர்ந்தது. நாமகளின் அருளால் சொல்லின் செல்வனாகவும் திகழ்ந்தான். ஆர்வமிக்க

கருத்தாலும் கற்பனைச் சத்தியாலும் அந்த உருவத்திற்கு ஒரு பெரும் மாந்தர்க்குரிய தனிமாட்சியைச் சூடவிருந்தான். தலையோடு ஒட்டிக் கொண்டிருந்த உடல் அதற்கேற்றவாறு அமையவில்லை. மணத்திற்குரிய கலவியில் அது தன் பலவீனத்தைக் காட்டிக் கொடுத்துவிட்டது. ஆர்வமிக்க நுண்ணறிவு படைத்த தலையோடு தக்கபடி இணைந்த ஒரு நல்ல மகிழ்ச்சி உறும் சாதாரண உடல் அமைந்துவிட்டது. சென்னியில் சூல்கொள்ளும் ஆன்மிக உணர்ச்சிகளுக்குத் தகுந்தபடி வலிவுள்ள உடல் அமைந்துவிட்ட ஒருவனுடைய மகிழ்ச்சியை என்னென்று உணர முடியுமோ? அமர நாட்டு இன்பங்களைக் கற்பனை செய்துகொள்ளுவது வீணே. வேறுவிதமாக மொழியுமிடத்து இன்பப்பொழிலில் திகழ்வதுதான் வாழ்வின் ஆனந்தம். அந்த ஆனந்தத்தை இப்பொழுது அடைந்துள்ள பூரண வடிவில் ஒருவன் அறிந்தால் அதுவே போதுமன்றோ. 'முதலில்' என்ற அயர்வை அளிக்கும் சொல் மேற்குறிப்பிடப்பட்ட சித்திரத்தில் வரவில்லை. அது பொருத்தமும் அன்று. கதையின் பாத்திரங்கள் சம்பந்தப்பட்ட அறிவில் அது எழவில்லை. இப்பாத்திரங்களை ஆட்டி வைத்துக் கதை கூறுபவனுடைய அறிவு வட்டத்தில்தான் இச்சொல்லிற்கும் பொருளுண்டு. அவன் தனித்துப் புறத்தில் நின்று தனக்கு யாதொரு சம்பந்தமின்றி இந்த நிழலை அப்பாத்திரங்களின்மீது படியவிடுகின்றான். ஆனால் இப்பொழுது விரைவில் இது இயம்பப்படவேண்டும். புறத்தில் நின்று ஆராயும் ஆசிரியர் மனத்திலுள்ள ஓர் உணர்ச்சிச் சாயலும் அத்துறையின்மீதும் படியலாயிற்று. தொடக்கத்திலிருந்தே இது தனக்குரிய ஆட்சியைச் செலுத்திக்கொண்டுதான் வந்தது. அது இன்பத்திற்கு ஒரு வரம்புகட்டி அதை வரையறுக்கக்கூடியதே. எழில்மிக்க மருங்குலாள் சீதை, அன்னை பராசக்தி அன்போடு அளித்த கட்டளையை நிறைவேற்றுந் துறையில் தவறு இழைத்துவிட்டாள் என்பதை ஏற்கத்தான் வேண்டும். குருட்டு வேகத்தில் செய்யவில்லை என்று செப்புதலும் கூடும். இந்த வரி ஆழ்ந்து சிந்திக்கப்பட்டே வரையப்பட்டது; அதன் பொருளை நன்கு உணரவேண்டும்.

பொய்த் தோற்றம், பிரமம், கற்பனை – இவற்றை அடிப்படையாகக் கொண்ட வாழ்வின் நியதியைக் கருவியாகக் கொள்ளும் மாயையின் சக்தி காமத்தில்தான்

தன் ஆட்சி புரிகின்றது. இதுதான் மன்னுயிரனைத்தையும் அடிமையாக்கிவிடுகின்றது. காமம் என்பது ஒருவர் மற்றொருவரைக் கூடவேண்டுமென்ற அவாவாகும். இதுதான் பற்றுக்கே காரணம். எவ்வளவு பற்றுதலுக்கும் இதுவே ஒருமாதிரியாகவும் முக்கியப் பொருளாகவும் காட்சி அளிக்கின்றது. அகப்பட்டுச் சிக்கிக்கொள்ளுதலும் வாழ்க்கையை அருந்தி இன்புறும் மயக்கக் காட்சிகளும் இந்தக் காமத்திலிருந்துதான் பிறக்கின்றன. இவற்றால் வாழ்க்கை இன்புறப் பார்க்கின்றது.

தன்னை நீடித்துக்கொள்ளுவதற்கு இவற்றால் வாழ்க்கையும் தன்னைக் கவரப்பட அனுமதிக்கிறது. கழிகாமம் ஒன்றும் புரியாது வாளா நிற்பதற்காகவோ ஏற்பட்டது. அணங்கவேளின் நண்பனாயிற்றே அக்கழிகாமம். அந்த உலக அன்னைக்கு மாயசக்தி ஏற்பட்டிருப்பது பயனற்றதா? அவள்தான் எந்தத் தோற்றத்தையும் கவினுறச் செய்கிறாள். விழைவதற்குத் தகுதியாக எவ்வொன்றையும் சமைக்கின்றாள்; அவ்வண்ணம் உண்மை போலப் பாவிப்பதற்கு அப்படிச் செய்கின்றாள்போலும். ஐம்புல அமிசம் அதில் திகழத்தானே செய்யும். அழகு கண்ணைப் பறிக்கும் ஒளிபோன்ற கருத்துக்களோடும் அது தொடர்ந்து நிற்கக் காண்கின்றோம். அந்த அணங்கு ஏமாற்றுகிற அந்த அணங்கு கழிகாமந்தான். காளி கோயிலின் நீர்த்துறையில் தங்கிய அந்த இளைஞர்களை அங்கு வந்த நங்கையைக் கண்ணையே பறிக்கும் வனப்பு வாய்ந்தவளென்றும் வணங்குதற்குரிய தெய்வமென்றும் சித்திரிக்கும்படி செய்துவிட்டது. கற்பனை கற்பிக்கும் இயல்புள்ள ஸ்ரீதமனுக்குச் சிறப்பாக இது நிகழக்கூடியதே. அவள் தன் சென்னியைத் திருப்பி நோக்கினதால் இவ்விரு நண்பர்களும் உள்ளம் பூரித்தார்கள். இந்தக் காட்சியை அளித்த பராசக்திக்கு நன்றியையும் செலுத்தினார்கள். அவளுடைய வதனம், சிறிய மூக்கு, உதடுகள், புருவங்கள், கண்கள் எல்லாமே அழகு போர்த்து நின்றன. அழகற்ற அவயவங்களால் அவளுடைய உருவம் அதன் சிறப்பையும் அதற்குற்ற பொருளையும் இழக்கவில்லை. அவர்கள் அந்த வடிவம் புனையும் பாசவலையில் சிக்கிவிட்டார்கள். அதைத் தவிர வேறு சிந்தையில்லை. உருவத்தோடு மட்டும் மனிதன் விடவில்லை. அந்த ஆசையும் நின்று மனிதனை ஆட்டி வைக்கின்றது. அவன் அறிவின் நடுநிலையை – நிதானத்தை நாடுகிறதில்லை; அதை விழைந்து விழைந்து காதல்வெறி

கொள்ளுகிறான். அவன் வேறொன்றையும் கண்டு அஞ்சவில்லை. அவன் ஏமாறக்கூடாது அதாவது அந்தப் பிரமம் அவளைவிட்டு அகலக்கூடாதென்பதே.

நண்பர்கள் கள்ளத்தனமாய் நோக்கும் இந்த இளநங்கை அழகுள்ளவளாகவே இருக்கலாம். உடலின் சார்பும் மாயையில் பிறக்கின்ற அதற்குரிய பொருளும் சிறப்பும் அதைத் துணிவுறச் செய்கிற சென்னியைத் தானே சேரும். ஆசையை வென்ற காமதமனர் தக்கவாறே உரைத்தார். அவயவங்களுள் தலைதானே மிகவும் சிறந்தது என்று சாற்றினாரான்றோ? அந்தக் கருத்தின் மீதேதான் தம் நியாயத் தீர்ப்பை நிறுவினார். உடலுக்கு நிகழும் காமத்தின் சிறப்பையும் அது தரும் பதிலையும் தலைதான் தீர்மானிக்கின்றது. மற்றொருவனுடைய தலையை அணிந்துகொண்டால் அப்படியே அது திகழாது என்று கூறுவதோடு மட்டும் அது நின்று விடுகிறதில்லை. ஏதாவது ஒரு அவயவமோ, அல்லது, ஏதோ ஒன்றைத் தெளிவாகக் குறிக்கும் உடம்பில் ஒரு வரியோ மாறுமானால் எல்லாமே மாறிவிடும் என்பது திண்ணம். இந்தக் கருத்தில்தான் சீதை புரிந்த பிழை வேரூன்றி நிற்கின்றது. இந்த மாறுதலால்தான் உவகைகொள்ளுவதாக அவள் நினைத்தாள். அது அமர நாட்டு இன்பத்தை அவளுக்கு அளித்ததுபோலும். தொடக்கத்தில் அது சுவர்க்க போகமாகத்தான் திகழ்ந்திருக்கக்கூடும். நண்பனுடைய உடல்கொண்ட தன் கணவனை அடைந்ததில் அவளுக்கும் இன்பம் மிளிரத்தானே செய்யும். ஆனால் ஒன்றை அவள் எதிர்பார்க்கவில்லை. அவளுடைய இன்பவெறியில் இது தோன்றியிருக்க இயலாது. குறுகிய மூக்கு, சிந்தை தேக்கிய மெல்லிய கண், கன்னங்கள் விசிறிபோல படர்ந்த தாடியையுடைய கன்னங்கள் – இவை நந்தன் உடலோடு பொருத்தப்பட்டால் அது நந்தனின் உயிர்க்களை ததும்பும் உடலாயிருக்க முடியாதென்பதை அவள் உணர்ந்திலள். வேறு வண்ணமாகத்தானே அது திகழும் என்பதை அவள் – சீதை ஓர்ந்திலள்.

அது வேறு, அக்கணமே அது வேறு. இதுதான் மாயையின் திருவிளையாடல். இதை மட்டும் நான் கூறப்போவதில்லை. வேறு விஷயங்களும் உண்டு. முதலில் நண்பனுடைய உடலை உடைய ஸ்ரீதமனோடு ஒப்பற்ற கலவிப்போரில் அவள் திளைத்தாள். அதைத்தானே அவள் மிகவும் விழைந்து பெற்றாள். ஸ்ரீதமனின்

தலையொடு கூடின நந்தனின் உடல் என்று கூறலாமா? ஆனால் உண்மையைக் கூறுமிடத்து நந்தன் ஏற்ற தன் கணவன் உடல் போய் அவன் உடலே அவனுக்கு நாளடைவில் வந்துவிட்டது. நந்தன் உடலை அணிந்தது மறைந்துபோய்க் கணவனுடைய உடல் மீண்டும் வந்துவிட்டது. மாயை ஒருபுறம் இருக்கட்டும். தலையின் ஆட்சியாலும், அது வகுக்கின்ற நியதிகளாலும் மெல்ல மெல்ல கணவனுடைய உடலே அலர்ந்துவிட்டது.

இதுதான் பொதுவாக ஏற்படுகிற நிலையாகும். மண வாழ்க்கையின் இயற்கையான விளைவுதான் இது. சீதையின் துயர் மண்டிக் கிடக்கும் அனுபவம் இந்த அமிசத்தில் வேறுபட்டதே. ஆனால் மற்றைய பெண்ணின் அனுபவம்போல முற்றிலும் வேறுபட்டதன்று. இன்பமாய் யாதொரு கவலை யின்றித் திரிந்த காளை போலத்திரியும் ஒருவன் தன் கிளரொளி இளமை ததும்பும் நிலையில் ஒருத்தியைக் காதலிக்கின்றான். அந்தக் காளையின் உருவம் மூப்பில் அறிந்துகொள்ளாதபடி மறைந்துபோய்விடுமன்றோ?

இப்படிப் பொதுவாக நிகழக்கூடிய இந்தச் சந்தர்ப்பத்தில் ஒரு தோற்றத்தையும் அதற்குற்ற மூலத்தையும் ஏற்று நிற்கக் காணலாம்.

தனக்குற்ற புது உடலை நந்தன் போலப் பேணாமல் தான் முன்பு ஆடை கொண்டே அதைப் போர்த்த அக்கணமே தலையின் ஆதிக்கம் மேலோங்கிவிட்டது என்று மொழியலாமன்றோ. கடுகெண்ணெய் கொண்டு உடலைத் தேய்க்கும் நந்தனின் பழக்கத்தை ஸ்ரீதமன் பின்பற்றவில்லை. அதிலிருந்து வரும் நாற்றம் தன் உடல்மீது மிதந்துவருவதை அவனால் பொறுக்க இயலாது. கடுகெண்ணெய் தேய்த்துக்கொள்ளுவதை அவன் நிறுத்திவிட்டான். அது சீதைக்குச் சற்று ஏமாற்றத்தைக் கொடுத்தது. ஸ்ரீதமன் தரையின் மீது அமரும் நிலை அவன் தலையின் ஆதிக்கத்திற்கு ஏற்றவாறு திகழ்ந்தது. இதைப்பற்றி நாம் கூறவேண்டியதில்லை. நந்தனின் கிராமியமான ஆசனத்தை – அவள் உவக்கும் ஆசனத்தை அறவே வெறுத்தான் ஸ்ரீதமன். தன் வழக்கப்படி ஒரு பக்கமாய் சாய்ந்தே உட்கார்ந்தான். இவையாவும் அற்பங்களே; அவனுடைய கழிந்த நாட்களை இவை சார்ந்தவை தவிர பிறி தில்லை.

ஓர் அந்தணரின் பேரனான ஸ்ரீதமன் நந்தனின் உடல்கொண்டே தான் எப்படி முன்பு நடந்தானோ அப்படியே நடந்தான்; முன்பு எவ்வண்ணம் தன் வாழ்க்கையைப்பற்றினானோ அவ்வண்ணமே இப்பொழுதும் புரிந்தான். கொல்லன் வேலை செய்யவில்லை;ஆடு மாடு மேய்க்கவில்லை. ஆனால் வாணிபம் செய்தான். அவன் ஒரு வாணிபம் செய்யும் சேய்தானே – தந்தை நடத்திவரும் கண்ணியமான வாணிபத்தில் அவருக்கு ஸ்ரீதமன் துணைபுரிந்தான்.மூப்பால் தன் தந்தையின் உடல் வலிமை குன்றியதுமே அவர் புரிந்த வாணிபத் தொழிலனைத்தையும் ஏற்றுக்கொண்டான். சம்மட்டி கொண்டு அடிக்கவில்லை. ஒளிமிக்க உச்சியை உடைய கோவர்த்தனகிரியில் ஆடு மாடுகளை மேய்க்கவில்லை. மல்லுத்துணியும், சூடமும், பட்டும், காலிக்கோ துணியும் வாங்கி வியாபாரம் செய்தான். நெல்குத்தும் கருவிகளும் தீயை உண்டு பண்ணும் கற்களும் அவனுக்கு வாணிகப் பண்டங்களாய் அமைந்தன. இவற்றைக் கோகுலத்தில் உள்ளவர்கட்குக் கொடுத்து அவர்களுடைய தேவைகளை நிறைவேற்றினான். இவைகளுக்கிடையே வேதங்களையும் ஓதினான். நந்தனுடைய புயங்கள் வலிமையை இழந்தன. நாளுக்குநாள் தேயலுற்றான். மார்பகம் குறுகிற்று. சற்றுத் தளர்ந்தும் போயிற்று. அவனுடைய வயிறு தொப்பைவிடக் கண்டாள். சுருங்கக் கூறுமிடத்து கணவனாய்த் திகழ்ந்த அக்காலத்திலுள்ள உடல் மீண்டும் அவனுக்குத் தோன்றி விட்டது. அந்தக் கன்றின் சின்ன தாயத்தும் பொய்ப்பிக்கத் தொடங்கிற்று. அது தேய்ந்து தேய்ந்து அது கண்ணனுடைய சின்னமென உணரக்கூடாத அந்நிலைக்கு வந்துவிட்டது. சீதா நொந்து நைந்த மனத்துடன் இவற்றையெல்லாம் கண்ணுற்றாள். ஓர் அந்தணனின் பண்பாடு அல்லது கற்றறிந்தோனின் சின்னம் – அதன் வடிவமே எந்தப் பெயரை வைத்தாலும் அதை அழையுங்கள் – அது மாறுதலொடு பிணைந்து நின்றுவிட்டது. அவனுடைய முகத்தின்மீதும் அதன் ஒளி படர்ந்தது. அப்பொழுது அது சுடர்விட்டது. நண்பனுடைய உடல் – இன்பமிக்க நண்பனுடைய உடல் முன்பு முக்கியமாகக் கருதப்பட்ட அந்த உடல் இப்பொழுது தலைக்கு ஓர் ஓட்டுப்போலக் காட்சி அளித்தது. இது மாயையின் செயலோ அல்லது வேறோ என்பதைப்பற்றி நாம் கவனிக்கவேண்டியதில்லை. அதன் சிறந்த உணர்ச்சிகளோடு உடல் ஓர் அமர நாட்டு முழுஇன்ப

இயலோடு உறவாட முடியாது. விரும்பவும் செய்யாது. ஏதோ மனம் உவக்காத நிலையில் நட்பு கொள்ளக்கூடும்.

இதுதான் சீதையும் ஸ்ரீதமனும் மணவாழ்க்கையில் கண்ட அனுபவமாகும். நிகரற்ற புதுமணத் தேறல் இன்பங்கள் மாயமாய் மறைந்துபோயின. நந்தனின் உடல் ஸ்ரீதமனின் உடலாக முற்றிலும் மாறிவிடவில்லை. அப்பொழுது முன்போலவே எல்லாம் நிகழ்ந்துவிடக்கூடும். அவர்களுடைய வரலாறு எதையும் மிகைப்படுத்திக் கூறவில்லை. சில அமிசங்கள் உடலின் மாறுதலை ஓர் வரம்பிற்குள் கொணர்ந்துவிடுகின்றன. ஐயுற முடியாத சின்னங்களின்கீழ் அதை வைப்பதையும் நாம் நோக்குகின்றோம். இக்கருத்தை உள்ளவாறு அறிந்து கொள்ளுதல்பொருட்டே இதை வற்புறுத்துகின்றோம். தலைக்கும் மற்றைய அவயவங்களுக்கும் இணைபிரியாத தொடர்பு உண்டு என்பதை மெய்ப்பிக்கவே இதை ஈண்டு உரைத்தோம். ஸ்ரீதமனின் தலை 'நான்', எனது' என்ற உணர்ச்சிகளை வரையறுக்கின்றது. இதற்கேற்றவாறு உடலும் அமையத்தானே செய்யும். உடலுக்கும் தலைக்கும் இடையே உடலமைப்பில் போகின்ற இயக்கங்களைக்கொண்டே இக்கருத்திற்கு விளக்கந் தந்துவிடக்கூடும். இவற்றிற்குக் காரணங்கள் இயற்கையால் நடக்கும் மாறுதல்களே. தத்துவ ஆராய்ச்சி மூலமாகவும் மிகச் சிறந்த முறையில் இதைக் கருதக்கூடும்.

அறிவைக் கவரக்கூடிய அழகு இலங்குகின்றது. ஐம்புலன்களுக்கு விருந்தாயும் அழகு அமைகின்றது. இந்திரியத் துறையையே சார்ந்தது வழனம் என்பர் ஒரு சாரார். அறிவுக்கு அதில் அவர்கள் சற்றும் இடந்தருகிறதில்லை. இவ்விரண்டிற்கும் பிளவுள்ள ஓர் ஓவியத்தைத்தான் இந்த ஞாலம் நமக்கு அளிக்கின்றது. வேதம் அளிக்கின்ற தத்துவத்திற்கே இதுவே ஆதாரமாகும். இந்த அகிலப் பிரபஞ்சத்தில் நாம் நுகரும் இன்பம் இரண்டு வகையாகத் திகழ்கின்றது. ஒன்று உடலின் வாயிலாகப் பெருகி வருவது; மற்றொன்று நம்மை உய்விக்கும் ஆன்ம அமைதியினின்று அருவி பாய்கின்ற இன்பம் என்று மறைகள் முழங்குகின்றன. ஆன்மாவுக்கும் வனப்புவாய்ந்த ஒன்றிற்கும் உள்ள தொடர்பு விகாரமா யிருக்கிற ஒன்றோடு கூடிய தொடர்புபோல அன்று என்று இதனால் ஏற்படுகின்றது. ஆனால் அதுவும் வனப்பும் ஒன்று

என்று சொல்லுவதற்கில்லை. ஆன்மாவைப் பற்றியவையும் மனத்தைப் பற்றியவையும் விகாரமான திருவற்ற பொருளோடு ஒன்றுபடுத்தக் கூடாது. ஏனெனில் ஆன்மாவைச் சார்ந்தவை வனப்பைப்பற்றிய அறிவைக்கொண்டும், அவற்றின்பால் வைத்த அன்பைக்கொண்டும் வனப்பைப் பெறுகின்றன. அந்த அன்பை ஆன்மாவைச் சார்ந்த வனப்பென்பார்கள். ஆதலால் அவர்களுக்கிடையே எழும் அன்புபொருந்தாததும் தள்ளவேண்டிய விஷயமென்றும் நாம் கருதக்கூடாது. ஒன்றுக்கொன்றுள்ள மாறுபட்ட நிலையில் ஏற்படுகின்ற கவர்ச்சி ஆன்மிகச் செல்வத்தை மிகவும் ஆர்வமுடன் நாடும்படி செய்கின்றது. அதைக் கண்டு வியக்கின்றது;அதன்பால் காதலையும் செலுத்துகின்றது. ஆன்மா ஆன்மாவைத்தான் நேசிப்பது என்பதில்லை. அவ்வண்ணம் வனப்பு வனப்பையே நேசிப்பது என்பது அதற்குற்ற விதியுமன்று. இவற்றிற்கிடையே உள்ள மாறுதலே அறிவைக்கொண்டும் அழகையும் கொண்டும் தெளிவுற ஒன்றை விளக்குகின்றது. உலகத்தின் குறிக்கோள் ஆன்மாவிற்கும் அழகிற்கும் சேர்க்கையை அமைப்பதே. இத்தகைய இன்பத்தில் பிளவென்பதே கிடையாது. அது பிளவற்ற முழுஇன்பமேயாகும். நாம் புனைகின்ற கதை, அத்தகைய குறிக்கோளை அடைகிற முயற்சியில் ஏற்பட்ட தோல்விகளையும் தவறான தொடக்கங்களையும் காட்டுவதற்கு ஒரு விளக்கத்தைத் தவிர பிறிதில்லை. பவபூதியின் மைந்தனான ஸ்ரீதமன் ஒரு பிழையால் வலிவுமிக்க வனப்புமுள்ள ஓர் உடல் அவன் தலையை அடையும் நிலையைப் பெற்றான். அவன் உயர்ந்த உள்ளத்தில் அழகைக் காதலிக்கிற அன்புதான் ஆட்சி புரிந்தது. அன்னியமாயிருந்த ஒன்று அவனுக்கு உரியதாய்ப்போ யிற்று. அக்காரணம் பற்றியே அதைக் கண்டு இறும்பூது எய்தவில்லை. எதன்பால் தன் ஆர்வத்தைச் செலுத்தினானோ அதுவே அவன் ஆகிவிட்டான். அதனால் துயரைத் தரக்கூடிய ஒன்றைச் சட்டென உணர்ந்துவிட்டான். அந்தத் தலை உடலோடு தொடர்புற்றதால் எழுந்த மாறுதல்கள் முழுவதிலும் அந்தச் சுடுசோகம் அவன் தீய ஊழுக்கேற்ப இருந்துகொண்டே இருந்தது. அழகுபால் வைத்த அன்பு அதனால் எழுகின்ற ஆன்மிகச் செல்வத்தின் வனப்பு இவற்றைப் பெற்ற ஒருவன் உடலின்பால் வைத்த நேசத்தை இழக்கத்தானே செய்வான்.

இத்தகைய இயக்கம் உடலின் மாறுதல் இல்லாமலேயே நடந்திருக்கக்கூடாதா என்னும் பிரச்சினை எழத்தான் செய்யும். ஸ்ரீதமன் வனப்புமிக்க வனிதையான சீதையை அடைந்திருக்கிறானன்றோ? பொதுவாக எல்லா மக்களிடமும் இப்படித்தான் நடக்கிறது. ஆனால் அது தனிப்பட்ட சூழ்நிலையால் சற்று மிகைப்பட்டிருக்கும் – புறத்திலிருந்து நோக்கிக் கேட்டோர்களுக்கு இது சுவைமிக்க நிகழ்ச்சியாகத் தோன்றும். ஆனால் வனப்புவாய்ந்த சீதைக்குத் துன்பத்தை அளிக்கக்கூடியதாயும் உற்சாகத்தைத் தணிக்கக்கூடியதாயும் இருக்கும். தன்னுடைய கணவனின் மெல்லிய மலர் அளிசெயும் உதடுகள் பருத்து ஓர் ஊன் பிண்ட பாகம் போவதாக வைத்துக்கொள்ளுவோம். அவனுடைய கத்திபோல் கூர்மையான மூக்கும் தசை பெற்றதாகக் கருதுவோம். மறுக்கவொண்ணாத சார்பு கொண்டு ஆட்டு மூக்கைப்போல் அது கூம்பிப்போனதாக உன்னுவோம். விலங்கின் இன்ப உணர்ச்சியின் தோற்றமெனக் கொள்ளுவோம். நந்தனின் நேர்த்தியான உடலைக்கொண்டும் பண்பாடற்ற ஸ்ரீதமனின் தலையைக்கொண்டும் சமைக்கப்பட்ட ஓர் உருவம் எழுந்தால் 'அவனுக்குத் துயரைத் தராது என்செய்யும். அந்நிலையில் ஸ்ரீதமனுக்கு யாதொரு சிறப்பும் தோன்றாது. மேலும் சீதையின் உணர்ச்சி அன்பின்பால் சற்று இரக்கங் காட்டும்படி கதை கேட்போர்களை ஆசிரியர் வேண்டிக்கொள்ளுகின்றார். மிகச் சேய்மையிலுள்ள நண்பனுடைய இத்தகைய மாறுதல்கள் நிகழத்தானே செய்யும் அவற்றிலிருந்து அவரும் சில முடிவுகளை அடையத்தானே செய்வாள். இரவில் அண்மையில் படுத்திருந்த தன் கணவனின் உடலைப்பற்றிச் சிந்தித்தாள். அதைத் தழுவினது இன்பமென வரையறுத்துச் சொல்ல இயலாது. ஆனால் அதில் ஓர் தூய்மை திகழ்ந்தது;காதலையும் அது தூண்டிற்று. இப்பொழுது நண்பனின் உடலைப் பெற்றிருந்தாள் என்று சொல்லலாம்; அல்லது பெறவில்லை என்று மொழியக்கூடும். அந்தக் கன்றின் வடிவுகொண்ட தாயத்து எங்கே திகழும் என்பதில் அவளுக்கு யாதொரு ஐயமுமில்லை. நட்புறுதி கொண்ட நந்தனின் தலையிலும் தன் கணவன் உடல் மீது திகழும் தலையிலும் ஒரு பண்பாட்டு இயக்கம் சென்றுகொண்டிருக்கக்கூடும் என்று நினைத்தாள். தன்னந்தனியாய் ஆனால் கவின்பெற்ற

தன் கணவனுடைய உடலின் உருவம் அவள் கண்முன் உலாவிற்று. இரங்கத்தக்க நிலையிலிருக்கிற நந்தனுடைய பண்பாடுற்ற தலையின் உருவம் அவளை ஈர்த்தது. பிரிவால் அவன் ஆன்மா துயருறக்கூடும் என்று உன்னினாள். அவனைக் காணவேண்டுமென்ற ஆர்வம், மிகச்சேய்மையிலுள்ள அவன்மீது வைத்த இரக்கம் அவள் இதயத்தில் பிறந்து வளரத் தொடங்கிவிட்டன.

12

உரிய காலம் வந்ததும் சீதை ஸ்ரீதமனுக்கு ஓர் ஆண் மகவைப் பெற்று அளித்தாள். இந்த ஆண் குழந்தைதான் அவள் கருப்பம் தந்த வளமாகும். அவனுக்குச் சமாதி என்னும் பெயரைச் சூட்டினார்கள். சமாதி என்ற சொல்லுக்குத் திரட்டுதல் – அல்லது குவிதல் என்ற பொருளாகும். திருஷ்டி கழித்தல்பொருட்டு பசு மாட்டின் வாலைப் பிறந்த குழந்தைமீது வீசினார்கள். அவன் தலைமீது பசுவின் சாணத்தையும் வைத்தார்கள். இவை யாயும் அவர்கள் புரிந்தது தீமை வராது இருத்தல் பொருட்டே. அதுதான் தக்கதும் முறையுமாகும். பெற்றோர்களின் இன்பம் இந்தச் சொல் தக்க சொல்லாய் இருக்குமாகில் மிகப்பெரிதே. பிறந்த மகன் இரத்தம் செத்து வெளுத்துப்போன குழந்தையுமன்று; குருடுமன்று. அவனுடைய மேனி செம்மேனியே. அந்தப் பொன்நிறம் போர்க்குலத்தில் பிறந்த தாயின் நிறமாயிருக்கலாம். பின்பு அவனுடைய பார்வை சற்று கிட்டப் பார்வையாக ஆயிற்று. வருங்காலத்தையும் உணர்த்தும் குறிகளும் மக்களிடையே வளரும் கதையில் கூறப்பட்ட விஷயமும் இவ்வண்ணம் நிறைவேறுகின்றன. அந்த விஷயம் நன்றாய்ப் புலனாகாமல் இருளடைந்திருக்கும் அல்லது குறைபாடுற்றதாயிருக்கும். அவை உண்மையாயின என்று சொல்லுங்கள்;அல்லது பொய்த்துப்போயின என்று உங்கள் விருப்பப்படி கூறிக் கொள்ளுங்கள்.

பிறகு சமாதியை அந்தகன் என்னும் இன்னொரு பெயரை வைத்து அழைத்தார்கள். அவனுடைய பார்வை சற்று மங்கலானதாய்ப் போனதால் அவனுக்கு அத்தகைய பெயரைச் சூடினார்கள். இந்தப் பெயர் அந்தப் பெயரை அகற்றி நிலைத்துவிட்டது. இந்த மங்கலான பார்வை மருண்ட மானின் மெல்லிய வழவழப்பான உள்ளங்களைக் கவரக்கூடிய கண்களைப் பெற்ற அந்தகனுக்கு ஒரு தனிச்சிறப்பை அளித்தது. சீதையின்

கண்களைப்போல அவை மிளிர்ந்தாலும் வனப்பில் அவை அவளுடையவற்றை வென்றுவிட்டன. அவனுடைய அமைப்பில் அவளுடைய அமிசந்தான் என்பது தெளிவாயும் ஐயமற்றதாயும் விளங்கிற்று. அவளுடைய அமிசத்திற்கிணங்க அவன் வடிவம் அமைவது இயல்புதான். வனப்புமிக்க ஓர் ஓவியமென அவன் திகழ்ந்தான். அடிக்கடி மாசுறும் துணியில் முடங்கிப்படுத்துக் கிடக்கும் நிலை நீங்கிய பருவத்தில் அவன் அங்கமெல்லாம் ஒத்தாற்போலவும் வலிவுமிக்கதாயும் விளங்கின. தன்னுடைய தசையும் இரத்தமுந்தான் அக்குழந்தை என்று ஸ்ரீதமன் அவன்மீது தன் அன்பைப் பொழிந்தான்; தன் தொழிலைத் துறந்து அதைத் தன் மைந்தனிடம் ஒப்படைக்கவேண்டுமென்ற சில உணர்ச்சிகளை அவன் ஆன்மா அவனுடைய இதயமாம் புத்தகத்தில் பதிவுசெய்யத் தொடங்கிற்று.

தாய்ப்பால் உண்டு, சமாதி – அந்தகன் நாளொரு மேனியும் பொழுதொரு வண்ணமாக வளர்ந்து வந்தான். அவனுடைய வனப்பும் முதிர்ந்து வந்தது. அந்தக் குழந்தையை அவள் ஏணையில் போட்டுத் தாலாட்டினாள். இந்த ஆண்டுகளில்தாம் ஸ்ரீதமனின் தலையிலும் அவயவங்களிலும் மாறுதல்கள் ஏற்பட்டுக்கொண்டு வந்தன. அவனுடைய உருவமே மாறிப் பண்டைய கணவன் வடிவத்திற்கு வந்துவிட்டது. இனி அவளால் அதைப் பொறுக்க இயலாது. சேய்மையில் இருக்கும் நண்பனைக் காணவேண்டும் என்ற உணர்ச்சி வெள்ளம் எதிர்த்து நிற்க முடியாதபடி அவளை அடித்துக்கொண்டு போயிற்று. அவன்பால் அவளுக்குப் பரிவும் பொங்கிற்று. தன் மகனைப் பெற்றது அவன்தான் என்றதையும் கண்டாள். தன் கணவனுக்கு நேர்ந்ததுபோல் அவனுடைய முறையில் நந்தனுக்கு மாறுதல் ஏற்பட்டிருக்கக்கூடுமன்றோ. அவனைக் காணும் ஆவல் அவள் மீது ஆணை செலுத்திவிட்டது. அவனுக்கு இன்பத்தைத் தருகின்ற குழந்தையை அவனடிக்கீழ் அமர்த்த வேண்டுமென்ற பேராவல் வெள்ளம் அவளுடைய இதயத்தை வழிந்தோடும் வண்ணம் நிரப்பிற்று. இதைத் தன் கணவனிடம் துணிந்து கூற இயலுமோ? சமாதிக்கு நான்கு வயதாகிவிட்டது. சமாதி என்ற பெயரை நீக்கி அவனை அந்தகன் என்ற பெயரை வைத்தே கூப்பிட்டார்கள். அவன் நடந்து திரியும் பருவம் வந்ததும் அவன் அடிக்கடி விழுந்து விழுந்து ஓடுவான். ஸ்ரீதமன் தன் வாணிப

அலுவலாக வெளியிலே சென்றிருந்தபொழுது எது நேர்ந்தாலும் நேரட்டும் என்று துறந்த நந்தனைக் கண்டுபிடித்து அவனுக்கு ஆறுதல் கூறவேண்டுமென்று தீர்மானித்துவிட்டாள்.

இளவேனிற் காலம்; கீழ்வானம் வெள்ளென வெளுக்கு முன் விண்ணின் மீன்கள் ஒளி துணைபுரிய யாத்திரை புரிவோர் செருப்பை அணிந்துகொண்டு சீதை கிளம்பிவிட்டாள். ஒரு கை ஓர் ஊன்று கோலைத் தாங்கிற்று; மற்றொரு கைகொண்டு தன் குழந்தையை அணைத்துக்கொண்டாள். பருத்தி நூலால் நெய்யப்பட்ட 'காலிகட்' மேலாடையைத் தன் குழந்தைக்கு அணிந்திருந்தாள். தனக்கு வேண்டிய சாமான்களை ஒரு கோணியில் பரப்பித் தன் முதுகில் வைத்துச் சுமந்தாள். யாவரும் காணாது கள்ளத்தனமாய்த் தன் வீட்டைவிட்டுத் தன் சிற்றூரைவிட்டு வெளியேறிவிட்டாள். அப்படி அகன்றது அவளுடைய நல்லூழேயாகும்.

13

யாத்திரையில் பல இன்னல்களுக்கிடையேயும் ஆபத்துக்களிடையேயும் அவள் காண்பித்த தைரியம் அவளுடைய ஆவலின் விரைவிற்கு ஒரு சான்றாய்க் காட்சி அளித்தது. போர்புரியும் குடும்பத்தில் பிறந்த அவளுடைய குருதிவேகம் பரம்பரைக் கட்டத்தில் தணிந்துபோயிருக்கலாம். ஆனால் அது இப்பொழுது அவளுக்குத் துணை புரிந்திருக்கக்கூடும். அவளுடைய அழகும் அவளுடைய சேயும் உற்ற துணைகளாக அமைந்தன என்பது திண்ணம். ஒவ்வொருவரும் வழியில் அந்த இளவனப்புமிக்க நங்கைக்கும் முகப் பொலிவுள்ள குழந்தைக்கும் உரை மூலமாகவோ செயல் மூலமாகவோ உதவி புரிந்தார்கள். துறவறம் பூண்ட தன்னுடைய கணவனை நாடிச் செல்லுவதாகக் கூறிக்கொண்டாள். அவர்தான் இந்தக் குழந்தைக்குத் தந்தை. அவரோ பொருள்களின் இயல்பை அறியும் ஓர் ஆவலால் உந்தப்பட்டு ஒரு துறவியாகிவிட்டார். இந்தக் குழந்தையை அவரிடம் சேர்த்தால் அதற்கு அவர் ஆசிகூறி அறிவுரையும் வழங்கக்கூடும். அக்காரணத்தால் அவனை அவர் பால் அழைத்துச்செல்லத் தான் விரும்பினதாகவும் மொழிந்தாள். இப்படி மொழிந்தது மக்களின் இதயங்களை இளகச் செய்தது. அவளிடம் ஒருவிதமான பக்தியையும் எழுப்பிற்று. அவளிடத்தில் எல்லோரும் கண்ணியமாக நடந்துகொண்டார்கள். சிற்றூர்களிலும் தங்கும் இடங்களிலும் குழந்தைக்குப் பால் கிடைத்தது. வைக்கோல் போர்களிடத்தேயும் செங்கற் காளவாய்களிடத்தேயும் இரவைக் கழித்தார்கள். சணலும் அரிசியும் விற்கின்ற வியாபாரிகள் தம் வண்டிகளில் அவர்களை அடிக்கடி நீண்ட தூரம் அழைத்துச் சென்றார்கள். ஊர்தி கிடைக்காதவிடத்து புழுதிபடிந்த பெருஞ்சாலைகள் வழியே கால்நடையாகவே சென்றாள். அந்தகனைக் கீழே நடத்தியும் ஏகினாள். அவள் ஓர் அடி

பெயர்த்தால் குழந்தை இரண்டடி வைக்கவேண்டிவரும். அவனுடைய ஒளிமிக்க கண்கள் தனக்கு முன்புள்ள பாதையின் சிறிதுதூரம் வரையே நோக்கின. ஆனால் அவள் தன் பாதையில் நீள் தொலைவை நோக்கினாள். அவனைக் காணவேண்டுமென்ற ஆவல், அவன்பால் இரக்கம் காட்டவேண்டுமென்ற உணர்ச்சி என்ற குறிக்கோள் அவள் கண்கள்முன் நிலைபெற்று நின்றுவிட்டது.

இப்படித் திரிந்து திரிந்து தண்டகாரணியத்திற்கு வந்தாள். தான் தேடி நாடும் நண்பன் அங்கேதான் ஓர் ஏகாந்தமான இடத்தில் இருப்பார் என்று எண்ணினாள். தான் தேடும் துறவி அங்கே இல்லை என்று பிற துறவிகளிடமிருந்து அறிந்தாள். இதைவிட வேறு என்ன சொல்லக்கூடும். அல்லது அவர்களுக்கு விருப்பமில்லைபோலும். துறவிகளின் மனைவிமார்கள் – நல்ல இயல்புள்ள அவர்கள் – குழந்தைக்குப் பால்கொடுத்துக் கையில் அணைத்துக்கொண்டு கொஞ்சிக் குலாவினார்கள். அவர்கள் அன்புடன் நந்தன் இருக்குமிடத்தைச் சொன்னார்கள். துறவிகள் நடமாடுகின்ற உலகமும் மற்ற உலகங்கள்போலவேதான். அதைச் சார்ந்துவிட்டால் அங்கே நடக்கிறதெல்லாம் தெரியும். வீண் பேச்சு, அழுக்காறு போட்டி, புறங்கூறுதல் எல்லாம் அங்கே நிகழும். ஒரு துறவி எங்கே உறைகின்றான், எந்த வாழ்க்கை நடத்துகின்றான் என்பதெல்லாம் மற்றொரு துறவிக்குத் தெரியும். அதனால் இந்த நல்ல இயல்பு வாய்ந்த காட்டுறை பெண்கள் நந்தன் இருக்குமிடத்தைக் காட்டிக் கொடுத்துவிட்டார்கள். கோமதி ஆற்றங்கரைக்கு அண்மையில் அவன் ஆசிரமம் அமைத்திருப்பதை அவர்கள் காட்டினார்கள். ஏழு நாள் கடந்து செல்லக்கூடிய தொலையில் அது இருக்கிறது. தென்மேற்காக என்றும் இயம்பினார்கள். அது இதயத்தை இன்புறச் செய்யும் இடமென்று அவர்கள் உரைத்தார்கள். எல்லாவகை மரங்களும் மலர்களும் மரங்களைச் சுற்றியுள்ள திராட்சைக் கொடிகளும் அங்கே திகழ்ந்தன. புட்களின் நல்லிசை நாற்புறமும் இன்பமாய் ஒலித்தது. மந்தை மந்தையாக விலங்குகள் அங்கே திரிந்தன. ஆற்றங்கரைமீது கந்தமூலங்கள் கனிகள் எல்லாம் மண்டிக் கிடந்தன. பார்க்கப்போனால் இன்பம் நல்கும் இடத்தையே அவன் தேர்ந்தான் என்று சொல்லவேண்டும். அங்கே கடுந்தவம் புரிகின்ற சிலர் நந்தனின்

துறவறத்தை ஒரு பொருளாகக் கொள்ளவில்லை. நீராடுதல் – மோனமாயிருத்தல் – இவ்விரண்டையும் தவிர்த்து அவன் வேறு விரதங்களை ஓம்பவில்லை. காட்டில் கிடைக்கக்கூடிய கனிகளை அருந்தினான். மாரிக்காலத்தில் அரிசிச் சோற்றை அருந்தினான். பறவையை அடித்து அதை வறுத்துத் தின்னும் தருணமும் உண்டு. சுருங்கக் கூறுமிடத்து வாழ்க்கையில் ஏமாந்து மனம் முறிந்து போனவன் – அயர்ந்து சோர்வுற்றவன் – பின்பற்றுகிற முறைப்படி சிந்தனையில் ஆழ்ந்தான். அங்கே போகும் வழியில் தனிப்பட்ட இன்னல்களில்லை. கள்வர்கள் கூடும் இடம், புலிகள் பதுங்கும் பள்ளம், அரவங்கள் ஊரும் பள்ளத்தாக்கு இவை – போன்ற இடங்களுண்டு. நிதானமாய் இரண்டு கைகளிலும் தைரியத்தை மேற்கொண்டு இவற்றைக் கடக்கவேண்டும் என்று சீதைக்கு அறிவுரை அவர்கள் வழங்கினார்கள்.

இவ்வண்ணம் அவர்களுடைய அறிவுரைகளைப் பெற்றுக் கொண்டு தன்மீது அன்புகாட்டிய தண்டகாரணிய மங்கையர்களிட மிருந்து சீதை விடை பெற்றுக்கொண்டாள். புதிதாய்ப் பிறந்த நம்பிக்கை அவளைத் தூண்டத் தன் வழி ஏகினாள். ஒன்றன்பின் ஒன்றாய்த் தன்னை எதிர்நோக்கி வரும் இன்னல்கள்மீது வெற்றி கண்டாள். அணங்கவேளும் திருமாமகளும் அவளுக்கு உதவிபுரிந்து அவளுடைய பாதங்களை நற்பாதையில் வைக்கும்படி அருள் புரிந்தார்கள். கள்வர்கள் கூடும் இடம், புலிகள் பதுங்கும் பள்ளம் – இவற்றை யாதொரு இன்னல்களும் தாக்காவண்ணம் கடந்து விட்டாள். தன்பால் அன்புகாட்டும் ஆயர்கள் அறிவுரை கொண்டு தன் பாதையில் இருக்கும் அரவங்கள் நடமாடும் பள்ளத்தாக்கையும் நீந்தி அப்பாற் சென்றாள். போகும் பாதையில் தம் அருமருந்தன்ன சேயைக் கையில் தாங்கியே ஏகினாள்.

ஆனால் கோமதி ஆற்றங்கரைக்கு வந்ததும் தன் மைந்தனைக் கீழே இறக்கிக் கையைப் பிடித்து அழைத்துப் போனாள். மற்றொரு கையால் கோலை ஊன்றிக் கொண்டாள். பனிமிளிரும் காலைப்பொழுது அது. மலர்கள் பூத்துச் சொரியும் ஆற்றங்கரைகள் வாயிலாக அவள் நடந்தாள். அவர்கள் அறிவுறுத்திய வண்ணம் ஆற்றங்கரையைத் தவிர்த்துத் தரையை நோக்கிப் போனாள். மைதானத்தைக் கடந்து ஒரு சிறு காட்டிற்குள் வந்தாள். பின்னால் ஞாயிறு அப்பொழுதுதான்

எழுந்துகொண்டிருந்தது. சிவந்த அசோக மரங்களின் பூக்களும் முள் முருங்கையின் மலர்களும் காட்டுத்தடத்தைத் தீப்பிழம்புபோல் மிளரச் செய்து விட்டன. அந்த வெய்யோனின் விரிசோதியில் சீதையின் கண்கள் கூசின. தன்னுடைய கைகள் கொண்டு மறைத்து நோக்கவே திருத்தப்பட்ட காட்டின் தடத்தின் ஓரத்தில் ஒரு குடிசையிருப்பதை அவள் அடையாளங் கண்டுகொண்டாள். அது வைக்கோலாலும் மரப்பட்டையாலும் வேயப்பட்டிருந்தது. அதற்குப் பின்புறத்தில் மரப்பட்டையுடுத்திய ஓர் இளைஞன் இருந்தான். அவனுடைய இடுப்பில் புற்களாலான அரைக்கச்சு திகழ்ந்தது. கோடரி கொண்டு குடிசையைச் சீர்பார்த்துக்கொண்டிருந்தான். அவள் நெருங்க நெருங்க வலிமைமிக்க அவன் புயங்களைக் கண்ணுற்றாள். தன்னைப் பரிதிபால் எறிந்த புயங்களே அவை. அவன் மூக்கு சற்றுப் பருத்த உதடுகள்மீது படிந்திருந்தது. அதை ஆட்டு மூக்கு என்று சொல்லுவதற்கில்லை. அது ஒரு நேர்த்தியை அடைந்திருந்தது.

“நந்தரே!” என்று உவகை உணர்ச்சி இதயத்தில் பொங்கக் கூவினாள். காதல் அமுதநீர் ததும்பி ஓடும் கண்ணன்தான் அவன் என்று கருதினாள். “நான்தான் சீதை இங்கே வந்திருக்கிறேன், என்னைப் பார்க்க வேண்டும்” என்றாள்.

கோடரியைக் கீழே எறிந்துவிட்டு அவள்பால் நந்தன் விரைந்து ஓடினான். கன்று வடிவமான தாயத்து அவன் மார்பகத்தே இலங்க அவள் கண்டாள். “வருக வருக” என்று நூறுமுறை கூவினான். “கண்ணே முத்தே” போன்ற ஒரு நூறு செல்வப் பெயர் வைத்து அவளை அழைத்தான். அவளுடைய உடலையும் ஆவியையும் அப்படியே வாரி விழுங்கவேண்டும் என்ற ஆர்வத்தோடுதானே அவன் மனம் புழுங்கிக் கிடந்தான்.

“கடைசியாக வந்து சேர்ந்தாயா? மென்மைமிக்க என் தண்ணளி காட்டும் இந்துவே, கௌதாரிக் கண்ணாய்! அழகுவாய்ந்த அவயவங்களை உடையவளே! கவின் ஒழுகும் கையைப் பெற்றவளே! சீதே! என் மனைவியே; சிறப்புமிக்க மருங்குலாளே. தன்னந்தனியனாக இருக்கும் என்னைக் காண இந்தப் பாழ்களனைத்தையும் கடந்து நீ வரமாட்டாயா என்று ஏங்கி எத்தனையோ இரவுகள் கனவு கண்டுகொண்டிருந்தேன்.

அந்த நீதானா அது? கள்வர் கூடும் இடத்தையும் புலிகள் உறையும் பள்ளத்தையும் பாம்புகள் நெளியும் பள்ளத்தாக்கையும் நீந்தி வெற்றிகரமாய் வந்தாயே. விதி வழங்கின கொடிய நியாயத்தைப் பொறாதவனாய் இத்தனை இடையூறுகளை வெம்சீற்றத்தால் எழுப்பிக்கொண்டேன். புகழ்மாலை சூடி போற்றுதற்குரியவளே! இங்கே இருக்கும் சிறுவன் யார்?" என்று வினவினான் நந்தன்.

"நீங்கள் தந்த செல்வமே இது. மணமான புனித முதல் நாள் இரவில் எனக்கு நந்தனாக நீங்கள் காட்சி அளிக்காதபோது தந்த கனியேதான்."

"அது அத்தனை சிறப்பாக இருக்க முடியாதே" என்று நந்தன் விடையிறுத்தான்.

"என்ன பெயர் வைத்திருக்கிறீர்கள்?"

"அவனைச் சமாதி என்று அழைக்கின்றோம். ஆனால் அடிக்கடி அவனை அந்தகன் என்று கூப்பிடுகின்றோம்."

"ஏனோ அப்படி?" என்று நந்தன் கேட்டான்.

"அவனைக் குருடனென்று நினைத்துவிடாதீர்கள். அவன் குருடனுமன்று, வெளுத்துப்போன சோகையுமன்று. அவனுடைய முகமோ எழில் பழுத்து ஒழுகும் முகத்தைப் பெற்றாலும் அவன் சோகை பிடித்தவனல்லன். சற்று மந்தமான பார்வை. தூரத்தில் வருகிறவர்கள் தெரியாது. மூன்று காலடிக்குள் வருகிறவர்களைத்தாம் அவன் காண இயலும்" என்று விடை பகர்ந்தாள்.

"அதிலும் ஒரு நல்ல பகுதி இருக்கிறதன்றோ?" என்று நந்தன் நவின்றான்.

குடிசைக்குச் சற்று அப்புறமுள்ள புற்றடத்தில் கையில் கொட்டைகளையும் மலர்களையும் கொடுத்துச் சிறுவனை அவர்கள் விளையாடும்படி செய்தார்கள். அவ்விளையாட்டில் அவன் ஆழ்ந்துவிட்டான். இளவேனிற் காலத்தில் பூத்த மாமரத்து மலர்களின் மணம் எங்கணும் பரவி அவர்கள்மீது வீச, அது பாலுணர்ச்சியை ஓங்கச் செய்துவிட்டது.

14

இந்தக் காதலர்களின் மண வாழ்க்கை இன்பம் ஒரு பகல் ஓர் இரவுதான் நிலைத்து நின்றது என்று இவர்களைப்பற்றிய கதை கூறுகின்றது. ஞாயிறு இரண்டாம் முறை தீச்சுடர்கள்போலத் திகழும் காட்டுமலர்களுக்கு மேல் தண்ணொளியைப் பரப்புவதற்குமுன்பே ஸ்ரீதமன் காதல் நாடகக் காட்சி நிகழும் அந்த இடத்திற்கு வந்து சேர்ந்துவிட்டான். வெறிச்சோடியிருக்கும் தன் இல்லத்தை அவன் அடைந்ததுமே, தன் மனைவி எங்கே போயிருக்கக்கூடும் என்பதை ஸ்ரீதமன் உணர்ந்துவிட்டான். கோகுலத்திலுள்ள அவர்களுடைய குடும்பத்தார்கள் சீதையின் மறைவைப்பற்றி நடுக்கத்துடன் கூறினார்கள். எரியும் தீயில் நெய்யையும் சொரிந்தால் எப்படி அது கொழுந்துவிடுமோ அதைப்போல் இவனுடைய சீற்றம் கிளர்ந்தெழும் என்று அவர்கள் எதிர்பார்த்தார்கள். அது அப்படி ஒன்றும் நேரிடவில்லை. இதையெல்லாம் முன்பே அறிந்தவன் போலத் தன் சென்னியை மெல்ல ஆட்டினான். பழிக்குப்பழி வாங்கவில்லை; ஓயாமல் நடந்தான். ஆனால் விரைந்து ஏகவில்லை. நந்தன் உறையும் இடத்திற்கு நேரே போய்விட்டான். அவன் இருக்கும் இடத்தை ஸ்ரீதமன் நன்கு அறிவான்; இவ்விஷயத்தை அவள் அறிவுக்கு எட்டும்படிவிடவில்லை. தெரிந்தால் இந்த அவல நாடக நிகழ்ச்சி விரைவுற்றிருக்கும்.

அமைதியாகத் தன் தலைதொங்கிய வண்ணமாகவே ஓர் எருது மீது ஊர்ந்துவந்தான். விடிவெள்ளி விண்ணில் திகழக் குடிசையின்முன் தன் எருதைவிட்டுக் கீழே இறங்கினான். அவர்களுடைய அமைதியைக் குலைக்க ஸ்ரீதமன் விரும்பவில்லை. பொழுது புலர்வதற்காக வெளியிலே காத்தே இருந்தான். உள்ளங் கொதித்து வெப்பமூச்செறியும் பிரிந்த காதலர்களிடையே பிறக்கும் அழுக்காறு அன்று இவன் கொள்ளும் இயல்பு; ஆனால் மிகவும் அது மாறுபட்டதே – பொறாமையன்று.

அறிவொளி அடைந்தவனானபடியால் பயணத்தில் யாதொரு விரைவையும் அவன் காட்டவில்லை. குடிசை முன்பு பொறையை இழக்காமலும் மனஅமைதி சற்றுங் குலையாமலும் வைகறையை அவன் எதிர்பார்த்த வண்ணமா யிருந்தான். எனினும் விஷயங்கள் நடக்கிறபடி நடக்கட்டும் என்று அவை போனபடி விட அவனுக்கு உடன்பாடில்லை. காலை ஞாயிற்றின் முதல் இளங்கதிர் விரைந்தவுடன் அவர்கள் தம் குடிசையைவிட்டுக் கிளம்பினார்கள். தம் கழுத்துக்களில் துணிகளைச் சுற்றிக்கொண்டு அண்மையிலுள்ள ஆற்றங்கரைக்கு நீராடப் போனார்கள். அந்தச் சிறுவன் நந்தன் இன்னும் உறங்கிக் கொண்டிருந்தான். தங்களுக்கு முதுகைக் காட்டிக் கொண்டிருக்கும் ஒருமுறைக்குக் கணவனாயும் மற்றொரு முறைக்கு நண்பனாயும் திகழ்கின்ற ஸ்ரீதமனைக் கண்ணுற்றார்கள். அவன் முன்பு வந்து பணிவுடன் வணக்கம் கூறினார்கள்.

"என்னுடைய தலைவரே – நான் போற்றும் கணவனுடைய தலையை அணிந்தவரே, வணக்கம் பல; நீங்கள் வந்தது வரவேற்பதற் குரியது இல்லை என்று எங்களால் இயம்புவதற்கு முடியாது. அது பயங்கரமன்று. எங்கே இரண்டு பேர்கள் இருக்கின்றார்களோ அங்கே மூன்றாம் மனிதன் தேவைப்படத்தானே செய்யும். என்னை மன்னித்தருள்வீர். உங்களோடு பொறுத்து இனி என்னால் வாழ இயலவில்லை. உங்கள் நண்பன்பால் எனக்கு இரக்கம் ஓட அந்தத் தன்னந் தனியாயுள்ள நண்பனின் தலையை நாடினேன்" என்று சீதை செப்பினாள்.

"கணவனுடைய உடலா – நான் மன்னிக்கின்றேன். நந்தா உன்னையும் நான் மன்னிக்கின்றேன். நீ என்னையும் மன்னிக்கவேண்டும் – அந்தச் சான்றோன் வழங்கிய தீர்ப்பைப் பின்பற்றி நான் சீதையை அடைந்தேன். 'நான்', 'எனது' என்ற உணர்ச்சி வசப்பட்டு உன்னை மறந்தது என் குற்றமே. மன்னிப்பாய். உனக்கு நலம் ஊட்டும் முறையில் அத்தூயோன் நியாயம் வழங்கி யிருந்தால் நீயும் அவ்வண்ணமேதான் நடந்து கொண்டிருப்பாய். பிளவுபட்ட வாழ்க்கையில் – பித்தேறிய வாழ்க்கையில் – ஒருவன் மற்றொருவன் பாதையில் குறுக்கேதான் நிற்கும்படியான நிலை ஏற்பட்டுவிடுகின்றது. ஒருவனுக்கு இன்பம் வருகின்றவிடத்து மற்றொருவனுக்குத் துயர் வராத ஒரு நிலை

வேண்டுமென்று நல்ல இருப்பில் திகழ்கின்ற ஒருவன் விழைவது வீணேயாகும். நான் போற்றினதெல்லாம் என் தலையே. அது உன் உடலின் சிறப்பில் திளைத்தது. இப்பொழுது சற்றுச் சுருங்கி யிருக்கிற புயவலி கொண்டு சீதையைப் பரிதிபால் எறிந்தாய்; புதிய ஏற்பாட்டின்படி அவள் மிகவும் விரும்பியதை அளித்ததாக நான் பெருமிதங்கொண்டேன். ஆனால் அன்பு ஓர் அமிசத்தோடு மட்டும் நின்றுவிடக்கூடாது. அது ஒரு பூரணமான ஒன்றையே நாடவேண்டும். உன் தலைக்கு ஆசைப்பட்டுச் சீதை உன்னோடு உறைகின்றாள். என் வீட்டைவிட்டு அகன்றதும் அக்காரணம் பற்றியே. உன்னிடத்திலே நிலையான இன்பத்தையும் திருப்தியும் அவள் காண்பாள் என்று நான் நம்பக்கூடுமாயின், என் தனி வழி நான் சென்று என்னுடைய முன்னோர்கள் உறைந்த இல்லத்தில் நான் தஞ்சம் புகுவேன். நான் அதை நம்பவில்லை. கணவனுடைய தலை நண்பனுடைய உடலை அலங்கரிக்கும் போது அவள் கணவனுடைய உடல்மீது விளங்கும் நண்பனின் தலையைக் காதலிக்கின்றாள். இவ்வண்ணமே மாறிமாறி அவள் சிந்தை ஓடும். அந்தகனை உன்னிடம் கொணர்ந்து கொடுத்தது அவனுடைய தந்தை நீயென அவன் கருதினாள். நம்மிருவரோடு அவள் வாழமுடியாது. உயர்மக்களாய்ப் பிறந்தவர்களிடையே ஒருத்தி பல கணவர்களை மணப்பது என்பது மறுக்கப்படுகின்றது. நான் மொழிவது தக்கதுதானே, சீதை?"

"நான் என்ன கூறப்போகின்றேன். அந்தோ! என்பதைத் தவிர. அந்தோ என்பது நீங்கள் மொழிந்த சொற்களின் ஒரு பாகத்தையே சுட்டும். மணப்பதை ஒட்டி எழும் மிகுதியான அருவருப்பை நான் சுட்டவில்லை. என்னுடைய வாழ்விற்கு உவந்ததாய் இல்லாததாக இது போயிற்றே என்றதில் நான் வருந்துவதற்கு முடியாது. நான் என் குலப் பெருமையில் பெருமிதம் கொள்ளுகின்றேன். சுமந்தரரான என் தந்தையின் மரபு வாயிலாக என்னிடத்தே ஒரு போர்வீரனின் குருதி ஓடுகின்றது. இதைக் கேட்டவுடனே என் ரத்தம் கொதித்து எழுகின்றது. இந்த பலவீனங்களிலும் பெருங்குழப்பங்களிலும் குலப்பெருமை ஒன்று இருக்கிறதன்றோ? கௌரவத்தை உயர் குலத்தோர் காப்பாற்ற வேண்டாமா?"

"நான் வேறுவிதமாக எதிர்பார்க்கவில்லை" என்று ஸ்ரீதமன் பதிலிறுத்தான். "பெண்ணுக்குள்ள பலவீனம் உன்னிடத்தே இருப்பினும் இந்த வீரத் தாய்மார் மனப்பண்பாடு உன்னிடம் இருப்பதை நான் தொடக்கத்திலிருந்து உணராமலில்லை. எங்கள் இருவரோடு உன்னால் வாழ முடியாதென்றால் இதோ இருக்கிறோமே நந்தனும் நானும் தலைகளை மாற்றிக் கொண்டோமே, உடல்களைத்தாம் மாற்றிக்கொண்டோமே – சேர்ந்து இனி உலகத்தில் இருப்பது இயலாத காரியமாகும். இந்தப் பிளவை அகற்றி இந்த அகண்டத்தில் நாங்களிருவரும் கலந்து விடவேண்டும் என்று பிளவுபட்டு இரண்டாகப் போன நிலையில் அதை வாழ்வாம் கொழுந் தீயில், நெய்யை வேள்வித் தீயில் விடுவது போல் நாங்கள் அர்ப்பணம் செய்வதே சாலச் சிறந்ததாகும்."

"மிகவும் தக்கதே அண்ணே! நீ கூறுகிற சொற்களை நான் முற்றிலும் ஏற்கின்றேன். இதில் யாதொரு நிர்ப்பந்தமுமில்லை. இந்த ஊனால் வரும் இன்பம் போதும். நாமிருவருமே சீதையோடு உறங்கி நம் ஆசைகளைத் தணித்துக்கொண்டுவிட்டோம். இனி ஐம்புலன் வழியாய் வருகின்ற இன்பத்தினால் ஆவதென்? என்னுடைய உடல் உன் தலையைப்பெற்ற உணர்வால் அவள் நல்கும் இன்பத்தில் திளைக்கக்கூடும்; உன்னுடைய உடல் என் தலையை அடைந்த காரணத்தாலும் அவள் அளிக்கும் மகிழ்ச்சியில் தோய்ந்து நிற்கும். உன்னிடத்தில் இன்பம் பருகினாள். ஆனால் நம்முடைய கௌரவம் காப்பாற்றப்பட்டதாகக் கருதப்படவேண்டும். உன்னுடைய தலையை என் உடல்கொண்டு நான் வஞ்சித்துவிட்டேன். அது ஏதோ ஒருமுறையில் ஒன்றுக்கு ஒன்று ஈடாய்விட்டது. சீதையோ – எழில்மிக்க மருங்குலையுடைய சீதையோ உன்னுடைய உடல்கொண்டு என் தலையை வஞ்சித்துவிட்டாள். பிரமன் நம்மை இதைவிடச் சீர்கேடான நிலையிலிருந்து காப்பாற்றினாரே. அதைப் பெரிதாக நினைக்கின்றேன். நான் உன்பால் வைத்த நட்புரிமையை எஞ்ஞான்றும் சிதைக்கமாட்டேன் என்று வெற்றிலைப் பாக்கு வைத்துச் சபதம் செய்தேனே அதை, என் தலையாலும் என் உடலாலும் அவளைச் சேர்ந்து சிதைக்காமல் வைத்தாரே ஆண்டவா!

கண்டவரைப் புணர்வதோ, அல்லது ஒருத்தி பல பேர்களை மணப்பதோ நாகரிகம் படைத்தோர்களான நமக்குச் சற்றும் பொருந்தாது. என்னுடைய உடலை நீ அடைந்தால் என்ன, உன்னுடைய உடலை நான் அடைந்தால் என்ன? சீதையும் நீயும் நானும் பல பேர்களைச் சேரும் பழக்கத்திற்கும் ஒருத்தி பல கணவர்களை மணப்பதற்கும் உடன்படோம். சீதையும் அறிவொளி படைத்தவளாயிற்றே. இந்தக் காட்டில் உறுதிபெற்ற என் புயங்கள் இருக்கின்றன. ஈமச் சிதையை அடுக்க ஆயத்தமா யிருக்க அவற்றைச் செய்வேன். இத்தகைய சிதையை அடுக்கும் பணியை நான் உனக்குச் செய்வேன் என்று நான் முன்பே மொழிந்ததுதானே. உன்னைப் பிரிந்து என்னால் உயிர் வாழமுடியாது என்பது நான் தீர்மானித்தது தானே. நீ உன்னை அன்னை பராசக்திக்கு ஒரு பலியாக அர்ப்பணம் செய்தபொழுது தயக்கமின்றி நானும் உன்னைப் பின்தொடரவில்லையா? கணவனுடைய உடலைப்பெற்ற நான் ஏதோ எனக்கு உரிமை இருக்கிறது என்று நான் உன்னை வஞ்சித்துவிட்டேன். அந்தச் சிறுவனான அந்தச் சமாதியை என்னிடம் அவள் கொணர்ந்து சேர்த்து விட்டாள். உடல் சம்பந்தப்பட்ட வரையில் நான்தான் அவனுக்குத் தந்தையாவேன். ஆனால் மனமுவந்து மிக்க மரியாதையுடன் தலையைப் பொறுத்தவரையில் நீதான் அவனுக்குத் தந்தையாவாய் என்று நான் உரைப்பேன்."

"அந்தகன் எங்கே உளன்?" என்று ஸ்ரீதமன் வினவினான்.

"அவன் குடிசையில் படுத்திருக்கிறான். உறக்கத்தில் பிற்காலத்தில் தனக்கு வரக்கூடிய ஆற்றலையும் வனப்பையும் திரட்டிக் கொண்டிருக்கிறான்" என்றாள் சீதை.

"அவனைப்பற்றிப் பேசுவதற்கு இதுதான் தருணம். இந்தக் குழப்பங்களிலிருந்து நாம் எப்படி கௌரவமாக வெளியேறுவோம் என்ற பிரச்சினையைக் காட்டிலும் அவனுடைய வருங்கால வாழ்வு மிகவும் முக்கியமன்றோ? அவனைப்பற்றிய விஷயமும் நம்மைப்பற்றிய விஷயமும் பின்னிக் கிடக்கின்றன. நம்முடைய கௌரவத்தைக் காப்பாற்றுவது அவனுடைய கௌரவத்தைக் காப்பாற்றுவதாகும். நீங்கள் அகண்டத்தில் கலக்கும் போது நான் தங்கி நிற்க நேருமன்றோ? இப்பொழுது அவன் கௌரவத்தையும் வாழ்வின் இன்பத்தையும் துறந்து மிக

இழிவான அனாதையாக அவன் ஆகக்கூடும். கணவன்களை இழந்தவுடன் உடன்கட்டை ஏறுகின்ற உத்தமிகளின் அருஞ் செயலை நான் பின்பற்றிக் கொழுந் தீயில் விழுந்தால் எனக்கு ஞாபகச் சின்னங்கள் எழுப்புவார்கள்; அல்லது என் பெயரைத் தீக்கிரையான இடத்தில் ஒரு கல்லின்மீது பொறிப்பார்கள். அவனைவிட்டு நான் அகன்றால்தான் அவன் கௌரவமான வாழ்வு நடத்தமுடியும். மக்களுடைய ஆதரவும் அவனுக்குக் கிடைக்கும். ஆதலால் சுமந்தரனின் பெண்ணான நான் நந்தரை மூன்று பெயர்களுக்கும் ஒரே சிதை அடுக்கவேண்டுமென்று இறைஞ்சுகின்றேன். இந்த மரணத் தீச்சேர்க்கையும் நம் மூவரையும் ஒன்று சேர்க்கட்டும். எப்பொழுதும் நாம் மூவரே."

"இதைத் தவிர நான் உன்னிடமிருந்து வேறு எதிர்பார்க்க முடியாது. உன்னுடைய உயர்ந்த வீர இயல்பையும் உன்னுடைய குலப்பெருமையையும் நான் உணர்ந்ததுதானே. நம்முடைய மைந்தனின் வருங்கால வாழ்வைக் கருதி உன்னுடைய தீர்மானத்திற்காக நான் உன்னைப் போற்றுகிறேன். இந்தச் சிற்றின்பம் இழைத்த பிழையிலிருந்து எப்படி நம்முடைய கௌரவத்தையும் பெருமையையும் காப்பாற்றக்கூடும் என்ற விஷயத்தை நாம் நன்கு கருதவேண்டும். நம்மைக் காப்பாற்றுகிற முறையையும் நான் சிந்தித்தல் வேண்டும். நான் இங்கே வருகிறபொழுது வழியில் என் மனத்தகத்தே வளர்த்த எண்ணங்களும் திட்டங்களும் நீ கொண்டவற்றைக் காட்டிலும் சற்று வேறுபடக் கூடியனவையே. உயர்ந்த இயல்புள்ள கைம்பெண் இறந்துபோன கணவன் பக்கலில் விழுந்து ஒரு பிடிச் சாம்பராய்ப் போகட்டும். யாராவது ஒருவர் உயிரோடு இருந்தாலும் சீதை, நீ கைம்பெண்ணாக இருக்க இயலாது. எங்களோடு சிதையில் அமர்ந்து உடன்கட்டையேறினால் நீ ஒரு கைம்பெண்ணாய் ஆகிவிடுவாயா அல்லது ஆகமாட்டாயா என்பதும் ஒரு பிரச்சினைதான். உன்னைக் கைம்பெண்ணாகச் செய்வதற்கு நந்தனும் நானும் உயிர் மாய்த்துக் கொள்ளவேண்டும். என் கருத்து என்னவென்றால் ஒருவரை ஒருவர் வெட்டி மடியவேண்டு மென்பதே. எங்கள் விஷயத்தில் எல்லாம் ஒன்றே; முடிவும் ஒன்றே. ஒரு பெண் மானுக்கு இரண்டு ஆண் மான்கள் முட்டி மோதுவதுபோல் நாம் போரிடவேண்டும்.

நான் இரண்டு வாள்கள் கொண்டு வந்திருக்கிறேன். அவை எருதின் சேணக் கயிற்றில் தொங்கிக்கொண்டிருக்கின்றன. ஒருவர் வெற்றிகொண்டு உயிர் வாழ்ந்து சீதையைத் தனக்கெனத் தூக்கிச் செல்லுவதற்காக அன்று. அது நலமும் அன்று. இறந்துபோனவன் நண்பனாகவே இருப்பான். அவனை நினைந்து நினைந்து உருகுவாள். கணவன் கரங்களில் அப்படியே வாடி உதிர்ந்துபோகிற வரையில் உளம் சாம்பி நிற்பாள். அதற்கு நாம் இடந்தரக்கூடாது. ஒருவர் வாள் மற்றொருவர் இதயத்தில் பாய இருவரும் மாளவேண்டும். வாள்தான் மற்றொருவனதே தவிர, இதயமன்று. நம்மீது நம்முடைய வாளைச் செலுத்துவதைக் காட்டிலும் நான் கூறும் முறை தக்கதே. நம்முடைய தலைகள் உடலின் மரணத்தை விதிப்பதற்கு உரிமையில்லை. தமக்குச் சாராத தலைகளை அணிந்துகொண்டு நிற்கும் உடல்களுக்கும் மணவாழ்க்கை இன்பம் உரியதன்று. போர் கடுமையாகத்தான் இருக்கும். சீதையை அடையவேண்டும் என்பதற்காகவோ தலையும் உடலும் தம்மைக் காப்பாற்றிக்கொள்ளு வதற்காகவே சண்டை பிடிக்கக்கூடாது. உயிரை மாய்க்கும் வாளின் தாக்குதலை அளித்தலும் பெறுதலுமாயிருக்கவேண்டும். நாம்தாம் முன்பே நம் தலைகளை நாமே மாய்த்துக்கொண்ட நிலையில் வைத்துக்கொண்டோமே. இப்பொழுது ஒருவரை ஒருவர் வெட்டி மடிவது கடினமாயிராது."

"வாள்களைக் கொண்டுவா; சண்டைக்கு நான் ஆயத்தமாயிருக்கிறேன்" என்று முழங்கினான் நந்தன். "நம்முடைய போட்டியை அகற்றுவதற்கு இது தக்க வழியாகும். உடல்களின் மாற்றத்தால் – அவற்றை வேறு தலைகளின்மீது பொருத்தியதால் நம்முடைய புயங்கள் பெரும்பாலும் ஒரே அளவுக்கு வந்துவிட்டன. என்னுடைய உடலால் உன் புயங்கள் வலிவுற்றன; உன்னுடைய உடலால் என்னுடைய புயங்கள் வலிகுன்றிப் போயின. என்னுடைய இதயத்தை உன் வாளுக்கு அர்ப்பணம் செய்கிறேன்; உன்னுடைய வாளை என் இதயத்தையும் ஊடுருவிச் செல்ல உன்மீது பாய்ச்சுகின்றேன். ஏனெனில் நினைந்து நினைந்து உன் கரங்களில் சாம்பி வெளுத்துப் போகாமலிருக்கலாமன்றோ? இரண்டு முறையிலும் கைம்பெண்ணாகிக் கொழுந்துவிட்டெரியும் தீச்சுடர்களில் நம்மோடு ஒன்றிவிடட்டும்."

சீதை இத்தகைய ஏற்பாடுகள் தனக்குத் திருப்தி அளிக்கின்றன என்று சொல்லிக்கொண்டாள். போர்புரியும் குலத்தில் பிறந்த தன்னுடைய இயல்பிற்கேற்றது எனக் கருதினாள். அதனால் சண்டைக்களத்திலிருந்து அவள் அகலவில்லை. கொஞ்சம்கூட மனந்தளராமல் பார்த்தவண்ணமாய் நின்றாள்.

அந்தகன் துயின்றுகொண்டிருக்கிற குடிசைக்கு முன்பு உயிரைக் குடிக்கும் இந்தச் சண்டை நடந்தது. கோமதி ஆற்றங்கரையில் செம்மலர் பூத்துச் சொரியும் காட்டுத்தடத்தினிடையே விளங்கும் மலர்கள் மண்டிக்கிடக்கும் புற்றரையில் ஒருவரை ஒருவர் வெட்டி மடிந்தார்கள். அவர்கள் உடல்கள் அம்மலர்களிடையே விழுந்தன. உடன்கட்டை ஏறுவதோடு கூடிய அவர்களுடைய ஈமச்சடங்கு ஒரு திருவிழாப்போலவே திகழ்ந்தது.

பல்லாயிரக்கணக்கான மக்கள் அந்தச் சுடலைக்கு அந்தச் சிறுவனான சமாதியை – அந்தகனைக் காணத் திரண்டு வந்தார்கள். மாங்கட்டைகளாலும் நறுமணம் வீசும் சந்தனக்கட்டைகளாலும் அமைக்கப்பட்டிருந்த அந்தச் சிதை இடையிடையே நெய்யில் தோய்ந்த வைக்கோலும் இருந்தது. விரைவில் பரவவேண்டுமென்று இதைச் செய்தார்கள்போலும். பைசாம் புல்லைச் சார்ந்த சீதையும் தன் கணவனுக்கும் அவன் தன் நண்பனுக்கும் நடுவே அந்தச் சிதையில் இடம் பெற்றாள்.

விண்ணை நோக்கி மாபெரும் உயரத்திற்கு அந்தச் சுவாலை எழுந்தது. வனப்புவாய்ந்த சீதை கதறினாள். குடும்பத்தில் ஆண் மரபில் எஞ்சிநின்ற அந்தகன்தானே இவர்களுக்கு கொள்ளி வைக்கவேண்டும். அவன் கண் சற்று மந்தமாதலால் அண்மையில் வந்து அந்தத் தீப்பந்தத்தில் தீயை வைத்தான். பெருந்தீயாயில்லாமலிருந்தால் வேதனையைக் கொடுக்கும்; அச்சுறுத்தும். அவளுடைய ஓலம் சங்க பேரிகை முழக்கங்களில் இறந்துவிட்டது. அவள் கதறவில்லைபோலப்பட்டது. நான் காதலித்த இரண்டு பேர்களையும் கூடப்போகிறோம் என்ற நினைப்பிலே அக்கொடுந்தீயும் குளிர்ந்திருந்தது என்று அவர்களைப்பற்றிய கதை கழறுகின்றது.

சீதை புரிந்த தியாகத்தை நினைவூட்டுதல்பொருட்டு ஒரு சமாதிக்கோபுரம் எழுப்பினார்கள். நீற்றுப் போகாத

இவர்களுடைய எலும்புகளை மட்கலத்தில் திரட்டி அவற்றிற்குப் பாலும் தேனும் தெளித்துத் தூய கங்கையில் விட்டுவிட்டார்கள்.

சீதை தன் கருப்பத்திலிருந்து ஈந்த சமாதி – இப்படி அந்தகன் என்று அழைக்கப்படுகிற அவன் – உலகில் சிறப்பாக வாழ்ந்தான். நினைவுச்சின்னம் பெற்ற விதவையின் மைந்தன் என்ற முறையில் அவனுக்குப் புகழும் ஆதரவும் எங்கணும் கிடைத்தன. அவனுடைய வளர்கின்ற வனப்பும் அவன்பால் அன்பைக் காட்டும்படியே மக்களிடையே தூண்டிற்று. அவனுடைய பன்னிரண்டாம் பிராயத்தே அவனுடைய அழகையும் கவினுற வளைந்து கொடுக்கிற அவன் வலிமையும் உடலின் கந்தருவனுடைய அவதாரம் என்று நினைத்தார்கள். சற்றுப் போதாது திகழ்ந்த அவன் கண்பார்வையும் அவனுக்கு இடையூறாக இருக்கவில்லை. உடல் சம்பந்தமான விஷயங்களில் ஈடுபடாமல் ஆன்மிகத்துறையில் இறங்கும்படி அவனுக்கு உதவிபுரிந்தது. மனத்தைப்பற்றிய பொருள்களை அவன் நாடலுற்றான்.

கற்றறிந்து அறிவுமிகுந்த ஓர் அந்தணன் ஏழு வயதான அந்த அந்தகன்பால் பரிவு கொண்டு அவனுக்குத் திருத்தமான பண்பட்ட சம்ஸ்கிருதத்தைப் பேசும்படி உதவினான். வியாகரணம், வான சாத்திரம், தருக்கம் முதலியவற்றையும் வழங்கினான். தன் இளம் இருபதாம் ஆண்டில் காசி வேந்தனுக்குப் பாடம் ஓதும் துறையில் இறங்கினான்.

மிகச்சிறப்புவாய்ந்த அரண்மனையின் மேல்மாடத்தில் மெல்லிய அழகான உடைகள் அணிந்து வெண்பட்டுக் குடைக்கீழ் செவ்வனே அமர்ந்து அம்மன்னனுக்குத் தன்னுடைய இனிய குரலில் தூய வேதங்களிலிருந்தும் இம்மையைச் சித்திரிக்கும் நூல்களிலிருந்தும் பாடல்கள் ஓதி வந்தான். ஆனால் புத்தகங்களைத் தன் கண்களுக்கு அண்மையில் வைத்தே நூல் நயங்களை நவில நேர்ந்தது; அவன் மங்கலான பார்வையுடைய ஓர் அந்தணன் மைந்தனாயிற்றே.